21 Days Prayer and Fasting

Copyright © 2024 Tunde Bamigboye

All Rights Reserved.

This publication is fully covered and protected by International Copyright laws. No part of this publication may be produced or utilized in any form or by any means; electronic or mechanical, including photocopying, recording or by information storage and retrieval system, without acknowledgment or permission in writing from the author. Short extracts may be used for review purpose only, and such must give credit as due.

ISBN: 9798875850035

JANUARY 2024

Published in Nigeria by:
Golden Choice Production
30, Folarin Street,
Off Ladipo Street, Palm Avenue.
Mushin - Lagos.
Tel: +234 802 842 7821
E-mail: mosebolatan_tayo@yahoo.com

FOREWORD

Praise God! We are already in the year 2024. Welcome to Our year of **MANY CELEBRATIONS AND PERFECT JOY**

God kept you well and safe throughout last year. What the enemy planned against you was brought to naught. The same God that kept you throughout last year is the same God that will keep you throughout the year. For He is the same yesterday, today, and forevermore. What He did yesterday He will do it again.

Every year is a city, and every city has a gate. Anyone that holds the key to the gate has access to the city. If you get into the city, you will be able to experience all the goodies in the city but if you do not have access into the city, you will be outside the city and never experience all that God has in store for you.

Our God has spoken again. He has given us the key to accessing the city. And the key is **DIVINE APPOINTMENT.**

By Divine appointment, God has specifically and unmistakably arranged that you will be meeting with people and events that will transform your life for better. The Holy Spirit sets up such encounters because someone needs what He can offer them through you. You are one conversation away from God bestowing His favour on you.

God is set to do something very amazing in your life in this year 2024. Usually, February is our month of prayer and fasting, and God has a lot in His agenda for us as a church and also as individuals. As you fast and pray, you will experience a lot of His leadings. A lot of His doings.

For us to experience what God has in store for us, there must be alignment on our part. Alignment to His will, His purpose, and understanding of the times and seasons.

I decree your heaven is open. There shall be angelic activities. Even right now the angels are at work. Something is happening right now so get ready.

In this year 2024, you will have encounters with God that are beyond your imaginations.

As you strategically position yourself to receive all that God has in store for you in this year, God will reveal Himself to you in an unusual manner. Shout it, **"MY YEAR OF MANY CELEBRATIONS AND PERFECT JOY"**
If you believe shout Amen!

REV. SAM OLUKOSI

TABLE OF CONTENTS

	DAYS	PRAYER TOPICS	NUMBER
1	Day 1	Prayer Of Thanksgiving	— 1 - 4
2	Day 2	I Receive Divine Direction	— 5 - 8
3	Day 3	O God Fulfil Your Promises in My Life	— 9 - 13
4	Day 4	I Shall Not Labour in Vain	— 14 - 17
5	Day 5	My Destiny Helper Appear By Fire	— 18 - 22
6	Day 6	O Lord let your Good Hands be upon Me	— 23 - 27
7	Day 7	O Lord Make my Joy Full	— 28 - 31
8	Day 8	The God of Wonders	— 32 - 36
9	Day 9	O Lord Fight My Battles	— 37 - 40
10	Day 10	O Lord Deliver me from Stubborn Enemy	— 41 - 44
11	Day 11	Remember me O Lord.	— 45 - 49
12	Day 12	O Lord Multiply the peace of my Children	— 50 - 54
13	Day 13	Overcoming by the Word Of God.	— 55 - 59
14	Day 14	Moving from scarcity to Abundance	— 60 - 63
15	Day 15	The Blessing of the Lord	— 64 - 67
16	Day 16	O Lord Take Away my Reproach	— 68 - 71
17	Day 17	Activating the Ministry Of Angels	— 72 - 75
18	Day 18	Intercessory Prayers	— 76 - 80
19	Day 19	O Lord put upon me your mantle of Power	— 81 - 84
20	Day 20	Take me to the Next Level	— 85 - 88
21	Day 21	Divine Appointment	— 89 - 93

DAY 01

PRAYER OF THANKSGIVING

—— TEXT: Psalm 100:1-5 ——

Confession: Enter into his gates with thanksgiving and into his court with praise. Ps 100:4a

INSIGHT FOR PRAYERS
We appreciate our God for another privilege given to us to partake in this year's 21days fasting and prayer.

It is a good thing to give thanks to the Lord for what he has done. Oh that men will praise the Lord for his goodness and for his wonderful works to the children of men. Psalm 107:31

It is not always easy to give thanks but it is God's instruction for men to give thanks especially when we are yet to receive that which your heart desires.

By giving thanks to God, we are acknowledging God's goodness, mercy, favour and his greatness over our lives.

Knowing God alone is worth thanking God for because in him we have life and we have it eternally. When we flashback and remember all his good works in our lives, how he preserved us, saves us from all evil, delivers us from the snare of the Fowler, provides our daily bread, gives us peace and joy, how he daily loads us with benefits and many more worth giving thanks for.

Giving thanks to God must be done intentionally, it must be a heartfelt gratitude if indeed we want God to accept it. The psalmist said Bless the Lord oh my soul and all that is within me bless his holy name. Psalm 103:1.

Prayer of Thanksgiving

Whenever you rejoice and give thanks to the Lord, the enemy loses his battle over our lives. Gratitude is one of the keys to victory, it opens the door of fulfilment and moves God to do more. Gratitude is a weapon.

I will encourage everyone to wholeheartedly give thanks to the Lord no matter the situation, he is ready to do beyond our expectations in this 21 days fasting and prayer.

Let us Pray

PRAYER POINTS

1. Father, I thank you for your faithfulness over my life in Jesus name.

2. Thank you Lord for being my Lord and saviour, thank you for giving your life as a ransom for my sins in Jesus name.

3. Lord I thank you for the grace to be part of this 21 days fasting and prayer, your name alone is glorified.

4. The God that answers prayers, thank you because anytime I call you answer me.

5. My father, I thank you because you are the God that never fails, you never fail me.

6. Lord, I thank you for your angels that you gave charge over me to keep me in all my ways.

7. Thank you lord for the covenant of mercy that I enjoy in wakati Itusile for it will never end in Jesus name.

8. Lord I thank you for sound health in Jesus.

———————————————————— Prayer of Thanksgiving

9. I thank you Lord for the days of Joy you have prepared for me this year because I will witness all in Jesus name.

10. Father I thank you for the blessings and victories I will receive in this 21days fasting and prayer in Jesus name.

11. Lord, I thank you for the peace you gave me over my household for it shall never seize in the name of Jesus.

12. Thank you father because I will never be put to shame in Jesus name.

13. Lord, I appreciate you because by your grace you will uphold me that I will not fail you.

14. Thank you father because you will bless me with all spiritual blessings in Jesus name.

15. Appreciate God because He has accepted your thanksgiving in Jesus Name.

DAY 02

OH LORD GIVE ME DIVINE DIRECTION

Text: Genesis 26:1 and verse 12-13, Ruth 1:1-8

Confession: Trust in the LORD with all thine heart; and lean not unto thine own understanding. In all thy ways acknowledge him, and he shall direct thy paths.(Prov 3;5-6)

INSIGHT FOR PRAYERS
Divine direction is receiving guidance from God almighty on the step or decision to fulfil a purpose. Our text for today, Genesis 26:1,12 record it that there was a famine in the land where Isaac was living, God gave Isaac instruction not to go to Egypt but to stay in the land of Gerar. He obeyed this divine instruction, and he was blessed.

Genesis 26:12 says ***"Then Isaac sowed in the land, and received in the same year a hundredfold and the LORD blessed him."***

This is the same period when famine was ravaging the land, Isaac was blessed because he received divine direction from God. Even in the face of the deteriorating economy of today, there are many opportunities around us that can launch us into our promiseland, but we can grab them only by divine direction.

If we also consider the life of Elimelech and Naomi in the book of Ruth 1:1-5. The whole family left their country without seeking God's direction because there was famine in the land. At the end of it all, the husband (Elimelech) and the two children (Mahlon and Chilion) died. God later blessed the land where there was famine. (Ruth 1:6) …… for she heard in the country of Moab how the Lord had visited his people in giving them bread.

Let us always wait on God for divine direction before we take any decision in life.

How to receive divine direction

The bible in the book of Proverb 3:5-6 (as stated in our confession above) specifically tells us how to receive divine direction from God, process is stated below:

1. **Trust in the Lord with all thy heart:** this is the number one thing you need to do in order to receive divine direction from God, you must accept Jesus Christ as Lord and saviour and have faith in Him and in His word. This is very important.

2. **Lean not unto thine own Understanding:** to received divine direction, you must not rely on your own power or knowledge, 1 Samuel 2:9b says by strength shall no man prevail

3. **Acknowledge Him in all your ways:** acknowledging God in all ways simply means, taking God as number one in whatever we want to do. We can acknowledge Him by having a relationship with Him and by trusting Him. Constant and consistent prayer life and study of the word of God are ways of acknowledging God.

LET US PRAY:
1. O God my father, I thank you because you will direct my path as I begin to pray in the mighty name of Jesus.

2. O God my father, is there any way I have failed to trust you or leaning on my own understanding or failed to acknowledge You, Please forgive me in Jesus name.

3. O Lord my God, grant me the heart that trusts and relies on you only, in the name of Jesus name.

4. Father, Please don't let my life lack divine instruction in the name of Jesus.

5. O God my father I refuse to remain in the state of confusion without solution in the name of Jesus. I rebuke the spirit of confusion in my life in Jesus name.

6. I receive grace to obey divine instruction in the name of Jesus.

7. I received daily direction from God in the name of Jesus.

8. In every of my decisions in life, O lord direct me to decide right in the name of Jesus.

9. O Lord my father, I refuse to take a step before you in the name of Jesus.

10. O Lord my father, direct me to the place of my breakthrough and success in Jesus Name.

11. O Lord my father, direct me to where my rain of success is falling in the name of Jesus.

12. O God my father, I and my household will not take decisions that will make us perish in the name of Jesus.

133. Thank God for answered prayers in the name of Jesus.

DAY 03

OH GOD FULFIL YOUR PROMISES IN MY LIFE

Text: HEB. 6:12-18

Confession: Saying, Surely blessing I will bless thee, and multiplying I will multiply thee. HEB 6:14

INSIGHT FOR PRAYERS
Throughout scripture God has given man a multitude of promises:
Promise of Love, Promise of Forgiveness, Promise of Salvation, Promise of the Holy Spirit, Promise of Everlasting Life, Promise of Peace, Promise of Joy, Promise of Freedom, Promise of Growth, Promise of Encouragement, Promise of Excellence, Promise of Strength, Promise to Make You Holy, Promise to Bless You, Promise to Protect You, Promise to Care for You, Promise to Come Again, Promise to Reward You.
He makes a promise to the guilty and dejected that earnestly seek reconciliation. God makes a promise to those that are in despair Isaiah 41:10. God makes promises when you are Anxious, Confused, Impatient, Tempted, Weak, Afraid, Suffer and Grieved. IPeter 5:7, Phillp 14:6-7.
God makes promises to those that obey. Proverbs 3:5-6

We have an almighty God that cares for us and desires that our hearts would heed His leadership for our lives. And so, He challenges us in the testing of our hearts and faith in Him so that we would grow in the understanding of His ways, learning to stand upon the solid rock of His unchanging and powerful promises.
It is through faith and patience that believers inherit the promises of God. God's promises to believers in Christ are unlimited and we need to activate and walk in them.

The Bible is loaded with the promises of God for our lives and future and the only way they can be established or activated is by praying it out.

2 Corinthians 1:20 NIV "For no matter how many promises God has made, they are "Yes" in Christ. And so through him the "Amen" is spoken by us to the glory of God."

God will fulfil the promises he has made to you through his power and through your faith in him.

SOME SCRIPTURES CONTAINING THE PROMISES OF GOD

1. **Jeremiah 29:11:** For I know the thoughts that I think toward you, saith the LORD, thoughts of peace, and not of evil, to give you an expected end.

2. **Isaiah 41:10:** Fear thou not; for I am with thee: be not dismayed; for I am thy God: I will strengthen thee; yea, I will help thee; yea, I will uphold thee with the right hand of my righteousness.

3. **Deut 31:6-8:** Be strong and of a good courage, fear not, nor be afraid of them: for the LORD thy God, he it is that doth go with thee; he will not fail thee, nor forsake thee. 7 And Moses called unto Joshua, and said unto him in the sight of all Israel, Be strong and of a good courage: for thou must go with this people unto the land which the LORD hath sworn unto their fathers to give them; and thou shalt cause them to inherit it. 8

And the LORD, he it is that doth go before thee; he will be with thee, he will not fail thee, neither forsake thee: fear not, neither be dismayed.

4. **John 16:33:** These things I have spoken unto you, that in me ye might have peace. In the world ye shall have tribulation: but be of good cheer; I have overcome the world.

5. **John 14: 13-14:** And whatsoever ye shall ask in my name, that will I do, that the Father may be glorified in the Son. 14 If ye shall ask any thing in my name, I will do it.

6. **Exodus 14:14:** The LORD shall fight for you, and ye shall hold your peace.

Let us Pray.

PRAYER POINTS
1. Father, I thank you for every past testimonies I have received in the name of Jesus.

2. Father I thank you because you will fulfil every of your promises in my life in the name of Jesus.

3. Every power blocking the promises of God for my life, what are you waiting for, catch fire in the name of Jesus.

4. Every promises of God in my life, that has gone dormant I activate you in the name of Jesus.

5. My father, as from today I begin to walk in the promises of God for my life.

6. You demonic hands, snatching the promises of God from me, wither in the name of Jesus

7. My father, I activate every promise of God concerning my health in the name of Jesus.

8. My father, I activate every promise of God concerning my children in the name of Jesus.

9. My father, over my life and family every promise of God shall be fulfilled in the name of Jesus.

10. Powers that stop testimony will not stop my testimonies in the name of Jesus.

11. I (mention your name) will enjoy the fullness of God all the days of my life in the name of Jesus.

12. Every power stopping my testimonies I command you to die in the name of Jesus.

13. O God my father let my season of manifestation come in the name of Jesus.

14. As from today, I will no longer speak of old testimonies but of new testimonies in the name of Jesus.

15. Thank God for answered prayers.

DAY 04

I SHALL NOT LABOUR IN VAIN

Text: Genesis 26:17-22, Luke 5:1-11

Confession: They shall not labour in vain, nor bring forth for trouble; for they are the seed of the blessed of the LORD, and their offspring with them. Isaiah 65:23 KJV

INSIGHT FOR PRAYERS
It is never God's will for us His Children to labour in vain. He desires to always bless the works of our hands. Which means whatever we lay our hands on to do will prosper.

There are powers, individuals, and personalities who do not delight in seeing God's Children prosper, all they do is frustrate God's children, moment they notice you are doing well in your career, business and all ramifications of life, they begin to plot how to bring you down, I decree concerning you today, their agenda over your life shall be nullified in the name of Jesus.

In Genesis 26:17-22, we saw how Isaac's men dug wells and the Philistines covered the wells because they were threatened by his achievements and successes, despite all their efforts to stop him and waste his labour, he kept on digging new wells until he got to a point that he became unstoppable and he called the name of the place Rehoboth. There are a few lessons I would like you to learn from the life of Isaac and his men:
- No matter the situation you find yourself in, don't be discouraged.
- The more you succeed the more you experience challenges from the enemies, don't relent after getting new achievements.
- There are times you experience difficulties on your

pathway to greatness, keep pressing on.
- For every glory, there is a story.
- A man with God's backing does not fail, nor labour in vain.

Despite all their efforts to stop Isaac, he prevailed and the Almighty brought him into his land of rest.
I decree concerning you, that your days of hardship are over today in the name of Jesus.

In Luke 5:1-11, Peter had toiled all night fishing, but he didn't catch a single fish, he had gotten to a point where his fishing skills as a professional fisherman failed him. After working all night without any result, it seemed like he had laboured in vain, but the Almighty stepped into the scene and gave an instruction to launch into the deep, he had a net-breaking catch that he had never experienced in his fishing career, such that he had to beckon on other fishermen to assist him.

I decree concerning you, that your net-breaking testimony is released today in the name of Jesus.

LET US PRAY.

PRAYER POINTS
1. My father, I thank you for what you are set to use this prayer to do in my life in the name of Jesus.

2. Every power that wants me to work hard, but have nothing to show for it, be wasted by fire in Jesus name.

3. Every power contending with my season of harvest, be destroyed in the name of Jesus.

4. My Father bless the works of my hands in the name of Jesus.

5. O God my father arise in your mercy and crown every of my labour with success in Jesus name.

6. Every power that has been assigned to waste my resources, be wasted in the name of Jesus.

7. Every power assigned to frustrate my efforts as I labour, be destroyed in the name of Jesus.

8. In this year 2024, I (put your name) shall not labour in vain in the name of Jesus.

9. Every yoke of limitation in my life is broken today in the name of Jesus.

10. In this year, I shall not record any loss in all my endeavours in the name of Jesus.

11. All through this year, I shall experience divine surplus in the name of Jesus.

12. Powers saying I will not have anything good to show for my Labour this year, be destroyed in the name of Jesus.

13. I shall not experience hardship in all my endeavours this year in the name of Jesus.

14. My staff of bread shall not be broken this year in the name of Jesus.

15. Thank God for answering your prayers.

DAY 05

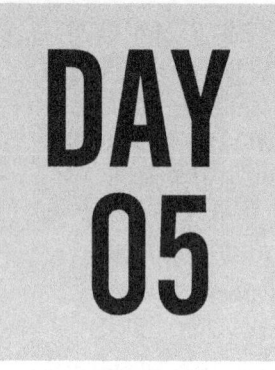

MY DESTINY HELPER APPEAR BY FIRE
— Mark 2 v 1 – 12, John 5:1-17 —

Confession: I will lift up my eyes unto the hills from whence cometh my help. My help cometh from the Lord which made heaven and earth. (Psalms 121 v 1- 2)

INSIGHT FOR PRAYERS
A destiny helper is someone divinely connected to your destiny. He or she helps you to achieve what God has predestined you to be.

God has a plan and purpose for our lives and there are heights we will never reach except He sends us destiny helpers. It doesn't matter how educated you are, it doesn't matter what you know; you need destiny helpers to rise.

No one on his own rises by his/her ability. We need help along the way. God is our only source of help. He is the only one that can help a man in life. Although God will not come down to help us, he will put it in the heart of man to help at different stages in our lives.

Most times, we only look forward to seeing destiny helpers only when we are in trouble or facing challenges, whereas in the kingdom economy, God has ordained destiny helpers to help in our journey in life.

IMPORTANCE OF DESTINY HELPERS
1. Destiny helpers connect you to the top.

2. They facilitate your destiny.

3. They add value to you.

4. They help you navigate through obstacles.

5. They help your ministry, career, family, business etc.

6. They use their network to open up opportunities for you.

7. They give you the counsel of the most High God.

8. Destiny helpers will save you from the pain and frustration they have been through.

9. Destiny helpers are tools used by God to manifest His plans for you

Examples of destiny helpers can be : Parent to children for nurturing, Teacher to pupil for education, Pastor to congregant for God's guidance and man to his fellow man for help when the need arises.

John 5:1-17 records the story of a man who was at the pool of Bethesda for 38 years without a helper (he was in serious pain for that period of time). However, in the book of Mark 2:1-12 there was a story about another sick man whom four men were available to help. The men went out of their way to get him to Jesus not minding the crowd. They climbed the roof to drop the man before Jesus Christ.

Once your destiny helper remembers you and renders that help or assistance, you will begin to enjoy God in a new dimension beyond your comprehension and you will live a life of ease and comfort.

Once you miss your destiny helpers on earth, it will only take the grace of God to still be successful. That's why you must be careful in your character. Misbehaving to your destiny helpers can chase them away from you. Till now, God is still sending destiny helpers to the world but because of ignorance, many believers have chased them away.

In today's Prayer we shall be praying for our destiny helper to arise and help us.

Let us Pray

PRAYER POINTS
1. O God my Father, I thank you for your good thoughts towards me.

2. O God my Father, I thank you for the helpers you have made available for me.

3. O God my Father, everyone you have ordained for me to make my journey smooth, let them appear by fire in Jesus name.

4. O God arise and link me with my destiny helpers in Jesus name

5. I come against every power disconnecting me from my destiny helpers in Jesus name.

6. Every power diverting the attention of my destiny helpers from me, be arrested now in Jesus name.

7. Powers turning my helpers to my enemy be nullified in Jesus name.

8. Every satanic wall standing between me and my helpers be

pulled down in Jesus name.

9. O God arise and let your mercy speak for me before my helpers in Jesus name.

10. I refuse to be in a wrong location when my helpers are looking for me in Jesus name.

11. Helpers that will not be tired of helping me locate me now in Jesus name.

12. O God replace any of my helpers that are getting tired with a better one in Jesus name.

13. Thank God for answered prayers

DAY 06

O LORD LET YOUR GOOD HANDS BE UPON ME

Nehemiah 2:4-8

Confession: "……....And, the king granted me what I asked, for the good hand of my God was upon me." Nehemiah 2: 8

INSIGHT FOR PRAYERS
Too often we can assume that what we have and accomplish is due to our hand, but it is clear
that "unless the LORD builds the house, those who build it labor in vain (Psalm 127:1)."
The hand of God granted Nehemiah the opportunity to return to Jerusalem, gather timber, inspect the wall, and recruit workers. Although there was opposition it was God who made sure it was built.

May the good hand rest upon us as we pray in this season in Jesus name. There is someone reading this manual, the good hands of the Lord shall rest upon you, and Lord will give you what you asked for in Jesus name.

Nehemiah goes in before the king risking his life, basically, requesting for permission to leave his post as cupbearer to the king. In order to go and rebuild the walls around Jerusalem. There were all kinds of drama and tension but Nehemiah 2:8 told us the end of the story and says "the king granted me what I asked for".

God is the author and the giver of everything good.
So, notice what Nehemiah did not say. He did not say, "The king granted me what I asked because I was really smart in the way I asked it." Or, "The king granted me what I asked because he was really impressed with all the great work I had done as cupbearer

and so he trusted me."

Or, "The king granted me what I asked because…".
But he said The king granted me "For the good hand of my God was upon me." He gives all the credit to the good hand of God.

Nehemiah knows what we all need to know, that everything in our lives hinges on the good hand of God on us. We can do nothing good apart from His good hand. He's the author, the giver, of everything that's good.

1 Corithians 4: 7 For who maketh thee to differ from another? and what hast thou that thou didst not receive? now if thou didst receive it, why dost thou glory, as if thou hadst not received it?

Here, Paul is addressing his remarks to an imaginary Corinthian who has become puffed up. For some reason, perhaps because of his knowledge or ability, he thinks he is superior to his fellow believers.

1. So Paul asks next about his knowledge and abilities and all that he has: "What do you have that you did not receive?"

The answer, of course is, "nothing."

Whatever knowledge or ability he possesses has been given to him by God. In their boasting in their knowledge and ability, they are not acting according to the truth of God's Word. Instead, they need to humble themselves.

Let us pray.

PRAYER POINTS
1. Father I Thank you for all things you gave to me: gift of life, Salvation, peace, money, houses, cars, wife, children, green card, business, good health, ministry. Spiritual mentors etc.

2. Father I thank you, whatever I am today it is by your grace.

3. In any way I have been proud to you or my fellow colleagues because of your gifts or talents that I have ,Please Lord forgive me.

4. Oh Lord help me to be humble so that your good hand can be upon me.

5. By your good hands Oh Lord, give me an increase in prosperity, in good health and my income.

6. Oh God my father, by your good hand, give me grace to improve my relationship with you in the name of Jesus.

7. I receive grace to be what you want me to be and to do all you have me to do by your good Hand in the name of Jesus.

8. By your good hands Oh Lord, give me a sound mind, wisdom and a voice that will distinguish me among my equals in the name of Jesus.

9. O Lord my Father, let your good hand accompany me everywhere in the name Jesus.

10. O God my Father, let your good hands point me out for greatness in the name of Jesus.

11. Father!, let me receive promotion and elevation in all my endeavours in Jesus name.

12. O God my Father, grant me success in all that I do in the name of Jesus.

13. O God my Father, give me divine directions to work in the path you want me to in the name of Jesus.

14. Thank God for answer prayers in the name of Jesus.

DAY 07

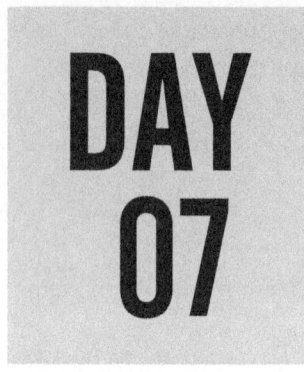

O LORD MAKE MY JOY FULL

John 15:11; Nehemiah 8:10;
Isaiah 51:11

Confession: Therefore, the redeemed of the Lord shall return, and come with singing unto Zion; and everlasting joy shall be upon their head: they shall obtain gladness and joy; and sorrow and mourning shall flee away. (Isaiah 51:11)

INSIGHT FOR PRAYERS
Truly, one cannot go through life without facing hard times, and these difficult seasons will often seek to drive our joy and happiness far away. Right in the tough places and in the midst of all the chaos, we can learn the art of perseverance to keep pressing through.

True joy is never dependent on our circumstances, it is from the Lord.
Joy is a choice. It is not something we can just drum up on our own, or try to put on a fake happy face, pretending everything is alright when we struggle to just get through. It is far more than that. It is authentic, real, and powerful. The Bible is clear that we need to "choose" to have joy during seasons of difficulty. It reminds us that the "joy of the Lord is our strength." (Nehemiah 8:10).

If we are in need of that extra push, His joy within us will help us walk in confidence and truth, not held back in fear or worry. The Lord is faithful to help us and there are far greater things still ahead. He gives us the power to live strong. He gives wisdom and discernment to make the right choices. He plants joy deep inside our hearts (John 15:11). He offers the assurance that no matter what we face, He is with us. Don't let the enemy steal your joy by listening to his lies. Step over his traps, focus on the truth of God's word. God desires that we live free, filled with His Mighty Spirit, stepping right over every obstacle of the enemy.

Let Us Pray

PRAYER POINTS:

1. O God my father, I thank you because you will fulfil your word in my life today in Jesus' name.

2. O God my father, I thank you because you will give me testimonies that will make my joyful in this ongoing 21days fasting and prayer in Jesus' name.

3. My father, my maker, erase every record of sin hindering the flow of joy into my life in Jesus' name.

4. O God arise, and break every covenant of sorrow and mourning in my family in the name of Jesus.

5. O God my father, I destroy every power withholding my joyous testimonies by fire in Jesus' name.

6. O God my father, I destroy every power of my father's house that has vowed to destroy my joy this year in Jesus' name.

7. O God my father, I destroy every power of my mother's house that has vowed to destroy my joy this year in Jesus' name.

8. My father, my maker, give me breakthroughs and testimonies that will make my joy full in this ongoing 21days fasting and prayer in Jesus' name.

9. O Lord, because I trust that you alone can do it, come and fill my heart with joy in Jesus' name.

10. O God my father, let everything causing me private tears become public testimonies in Jesus' name.

11. O God my father, command your everlasting joy to rest upon my head in Jesus' name.

12. O God my father, satisfy my household with everlasting joy and victory in Jesus' name.

13. Thank God for answered prayers

DAY 08

THE GOD OF WONDERS

Psalm 72:18

Confession: Thou art the God that doest wonders: Thou hast declared thy strength among the people. Psalm 77:14 KJV

INSIGHT FOR PRAYERS

One of the names of God as recorded in the scriptures is that He is the God of wonders, He did so many wonderful things in creation, and human beings and every other living creature are great proof that He is a wonderful God.

Wonder is an extraordinary event that is hard to understand, there are so many extraordinary events that men cannot explain today. Scientists have tried explaining some deep mysteries with theories about the entire universe, but all theories are still inconsistent and inaccurate.

The Psalmist in our confession today, declared God as the one who does wonders, and just as He did so many wonders in the days of old, He is still consistent in doing wonders today.

No one can explain the mystery to us today how the gaseous shell in the atmosphere is sustained above the Earth. This is one of the wonders of God(an extraordinary event that is hard to understand).

In Psalms 72:18, ‹The Bible says Blessed be the LORD God, the God of Israel, Who only doeth wondrous things. This gives us a strong conviction that He specialises in doing wondrous things. He will perform wonders in your life today in the name of Jesus.

Let's consider a few examples of His wonders as recorded in the scriptures;

- **Creation of heaven, earth, and every living thing:** In Genesis 1, we saw how God created the entire universe in 6 days and rested on the 7th day, What a great and mighty God we serve. He demonstrated His wonders by calling forth things into existence and also formed man out of the dust and released life into him.

- **Sarah's conception at the age of Ninety (90) (Genesis 21:1-6):** a woman who was old and past the age of bearing a child was enabled to bear a child in her old age, She had lost hope and given up on herself, but the God of wonders who is never late, visited her and made her laugh. I don't know what your condition is at the moment, but I hear the Lord say, "The impossible shall be made possible in your life this year and beyond in the name of Jesus"

- **The parting of the Red Sea (Exodus 14):** The event of parting the Red Sea remains one of the most interesting victories God gave his children. Without making any effort to fight their enemies, a mass burial was conducted for them at the Red Sea. The Israelites walked on dry land while their enemies, the Egyptians, drowned in the Red Sea. The Israelites were worried and full of fear seeing the host of Pharaoh pursue them, but the moment the God of Wonders stepped into their situation, they sang a new song in Exodus 15. God revealed Himself as the man of war to them. He took over the battle and gave them victory. In this year's covenant fasting and prayer, the Almighty God is giving you victory over long-time battles in the name of Jesus.

- **The birth of Jesus Christ(Matthew 1:18-25):** This is another wonderful event recorded in the Bible, a young virgin who knew no man became pregnant and had a child by the Holy Ghost, this remains an extraordinary event that no man can explain how it happened today. This event was orchestrated by God to bring salvation to mankind.

- **The feeding of the five thousand men (5,000) with 5 loaves and 2 fish(Matthew 14:13-21):** The feeding of the five thousand (5,000) is another great wonder of God. How that the multitude had been with Jesus hearing the word, and afterward they were hungry. With 5 loaves and 2 fish, they were all fed and had 12 baskets left.
  In the wonders of God, we see the impossible become possible. I decree concerning you, this year, you shall experience wonders without numbers in Jesus' name.

LET US PRAY

PRAYER POINTS
1. Thank God for what He is set to do in your life today in the name of Jesus.

2. Appreciate God because He is a God of awesome wonders and He will do great things in your life as you pray today in the name of Jesus.

3. My father, arise in your power and perform unbelievable wonders in my life in the name of God.

4. God of wonders, attend to my case today in the name of Jesus.

5. O God of wonders, visit my family with miracles this year in the name of Jesus.

6. O God of wonders, visit me at the point of my need in the name of Jesus.

7. My father, give me a testimony that will put an end to my pains in the name of Jesus.

8. In this covenant fasting and prayer, I receive wonders without numbers in the name of Jesus.

9. O God of wonders, make way for me where there seems to be no way in the name of Jesus.

10. I step into an unprecedented breakthrough today by the mercy of God in Jesus' name.

11. O God of wonders, cause great and mighty things to spring out of my life today in the name of Jesus.

12. As from today, I have more than enough in the name of Jesus.

13. This year, I and my family shall see the God of Wonders at work in all ramifications of our lives in Jesus' name.

14. I (your name) step into new seasons of immeasurable wonders in the name of Jesus.

15. Thank God for answering your prayers

DAY 09

O LORD FIGHT MY BATTLES

Exodus 14:14; Psalm 68:1

Confession: The Lord shall fight for you, and ye shall hold your peace. (Exodus 14:14)

INSIGHT FOR PRAYERS
Most times, we as humans are perplexed when life throws its tantrums at us. Many seek various means to overcome these tantrums and by doing so, end up doing things they are not proud of at the end of the day. The battles of life often come in various forms. It can be battles at the workplace, in the family, in one's marriage and spiritual battles that cannot be fought with mere physical weapons.

2 Corinthians 10:4 says "for the weapons of our warfare are not carnal, but mighty through God to the pulling down of strong holds;" so, whatever the battles or warfare we might be facing, let us be rest assured that God is willing and able to fight these battles for us. We have to surrender the battles to him so that the lord can fight our battles.

The God of Elijah who rained down fire on his (Elijah) enemies will arise and fight those battles (situation) unto victory. Until God comes in and fights our battles, we will continue to labour in the area of prayers. Since we can't fight alone, we need to present those battles to God to overcome them on our behalf. One does not have the mighty man in battle (God) at work, and still be struggling with battles. He is ever present and ever ready to take on any battle we commit into his hands.

Let us Pray

PRAYER POINTS:
1. O God my father, I thank you because you will fight my battle and give me victory in all ramification in Jesus' name.

2. Lord, every sin that is calling for vengeance over my life, forgive me in Jesus' name.

3. O God arise and fight my battles that are stronger than me, in Jesus' name.

4. Every long-term battle in my life, give way for my outstanding victory, in the name of Jesus.

5. Every strange battle at the edge of my breakthrough, scatter by fire, in the name of Jesus.

6. Every weapon that the enemy is using against me, back fire in the name of Jesus.

7. Every voice commanding me to carry the evil load of my father's house, be silenced, in the name of Jesus.

8. Every spiritual barrier and limitation to my success, scatter by fire, in the name of Jesus.

9. Every seed of wickedness planted in my childhood, Holy Ghost Fire; destroy them in the name of Jesus!

10. Every curse of 'thou shalt not excel', working in my lineage, be broken by fire, in the name of Jesus.

11. Battle of life that has refused to let me go, I command you to perish, in Jesus' name.

11. Powers, assigned to drive me out of my promised land, die, in the name of Jesus.

12. Powers using the grave yard to imprison my destiny, you're a liar; die in the name of Jesus.

13. Every power from my father's and mother's house strengthening the battles of my life, die by fire in Jesus' name.

14. Thank God for answered prayers and for fighting your battles.

DAY 10

O LORD DELIVER ME FROM MY STUBBORN ENEMY

Esther 3 v 8 -15

Confession : For Lo, the wicked bend their bow, they make ready their arrow upon the string, that they may privily shoot at the upright in heart (psalms 11 v 2)

INSIGHT FOR PRAYERS

An enemy is someone who doesn't want you to succeed in life. An enemy is said to be stubborn when he is bent on doing evil without looking back. The devil by default is a stubborn enemy. He is never ready to let go of anyone that is his captive. He is ready to do just anything within his powers to see that his captives remain. When he is after a man's life, he never gives up until the man is captured.

In this life, you don't have to do a thing to have an enemy. Enemies are everywhere, even among family members. You have an enemy because you have a glorious destiny.

They go all out to see that their aims are achieved without minding what it would cost them. As seen in Act 23 v 12, some Jews came together, bound themselves under a curse saying they would not eat nor drink until they killed Paul. So also, the Scribes, Elders, Pharisees and Priests came together against Jesus Christ our lord as well (Matthew 26 v 3 -4). This type of enemy does not limit themselves to an individual, at times they go after family, lineage or even a whole tribe or community.

But we have a God, who is more than able to destroy them all and bring to nothing the objectives of the enemy. Satan is the number one enemy of believers.

Today we shall be praying to God to deliver us from stubborn enemies.

Let us Pray.

PRAYER POINTS:
1. I thank you O Lord for bringing confusion into the camp of my enemies.

2. O God my father render my enemies powerless over my life in the name of Jesus.

3. O Lord my father, deliver me from my stubborn enemies in the name of Jesus.

4. O God my father, destroy every power my enemies are relying on to attack me in Jesus name.

5. Enemies of my parents that have become my enemies, die by fire in the name of Jesus.

6. Every attack on my business and my handwork, backfire in the name of Jesus.

7. I fire back, every arrow fired against my destiny in the name of Jesus.

8. Enemies standing in the way of my breakthrough, be crushed by fire in the name of Jesus.

9. Evil Arrows fired against me and my family backfire in the name of Jesus.

10. Stubborn enemies in charge of my problem die in the name of Jesus.

11. Whoever takes it as a duty to stop my breakthrough, die in the name of Jesus.

12. Every unrepentant enemy that has taken it as a duty to bring me down, you are a liar, die in the name of Jesus.

13. O Lord turn the counsel and counselors of my enemies to nought in the name of Jesus.

14. O Lord my father, let the evil plan of my enemies turn upon himself in the name of Jesus.

15. O Lord, I thank you for answered prayers in the name of Jesus.

DAY 11

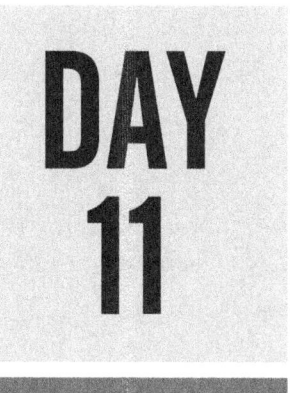

REMEMBER ME O LORD.

1 Samuel 1:19

Confession: Remember me, O LORD, with the favour that thou bearest unto thy people: O visit me with thy salvation;
Psalm 106:4

INSIGHT FOR PRAYERS
When we say that God Should remember us, the first question that comes to mind is "does God forget?" The answer is NO, God does not forget any one, He created, He said in the book of Isaiah 49:15-16: *"can a woman forget her sucking child that she should not have compassion on the son of her womb? yea, they may forget, yet will I not forget thee. Behold, I have graven thee upon the palms of my hands; thy walls are continually before me"*

What does it mean for God to remember you
1. It means the intervention of God in your case

2. It means the visitation of God; Genesis 21:1

3. It means deliverance from the power of darkness

4. It mean answers to Prayer

Examples of those God remembered
1. God remembered Noah (Genesis 8:1)

2. He remembered Abraham (Genesis 19:29; Psalm 105:42).

3. Sarah was remembered by God (Gen.21:1).

4. When Rachel was remembered her womb was opened (Genesis 30:22-24)

5. Joseph was thrown into a ditch by his brothers. He was later sold to the Midianites. From there he found himself in Potiphar's house and later in jail. In all these afflictions God remembered him(Genesis. 37:24; 40:12-15; 41:51,52;45:5-8).

6. Hannah was remembered by God when she vowed to dedicate her male child to God if given one (1 Samuel 1:19,29).

7. He remembered Samson when he was in affliction and cried for help (Judges 16:28).

8. He remembered the children of Israel in captivity (Exodus 2:22-24)

In today's fasting and prayer, we want to call on God to remember us in our situation and give us miracles.

Let us Pray

Prayer points:
1. Thank God because He is going to remember you during this period.

2. O Lord arise and remember me before i am put to shame

3. Where I had been forgotten, arise O Lord and remember me for good in Jesus name.

4. O Lord, arise and fill my mouth with laughter in the name of

Jesus Christ.

5. O Lord, arise and remember me, my family, children, business etc in Jesus name.

6. O Lord, visit my life with your divine miracles in the name of Jesus.

7. O Lord, Position my life for divine intervention in the name of Jesus Christ.

8. O Lord, remember me with miracles that will make my enemies know that I serve a living God.

9. Every power making my helpers to forget me, die in the name of Jesus.

10. O Lord, Open the book of remembrance concerning my life in Jesus name.

11. Every evil personality standing against my divine remembrance, I command, be destroyed by fire in the mighty name of Jesus Christ.

12. Evil personalities, feeding my destiny helpers with bad information about me, i call forth the judgement of the God upon them now, in the mighty name of Jesus Christ.

13. Father in this season of my remembrance, let favour accompany me wherever I go in the mighty name of Jesus Christ.

14. I frustrate every power of hell that wants to keep me hidden and in obscurity in the mighty name of Jesus Christ

15. Father let the book of my remembrance be widely open now, in the mighty name of Jesus Christ.

16. Thank God for answers to Prayer in the name of Jesus

DAY 12

O LORD MULTIPLY THE PEACE OF MY CHILDREN

Isaiah 54:13; Psalm 29:11; Isaiah 8:18

Confession: And all thy children shall be taught of the Lord; and great shall be the peace of thy children (Isaiah 54:13)

INSIGHT FOR PRAYERS
Every single day we may find ourselves doing a lot for our children, loving and caring for them, nurturing, teaching, training, helping, leading, equipping, encouraging, protecting, and so much more. As important as all these, they are not enough without praying for their future. Hence we are dedicating today's fasting to pray for our children.

The joy of every parent is to see his/her children succeed. The devil on the other hand is in the business of snatching the heart of the children to input sorrow in the life of the parent. Therefore, as a christian parent, we must not be ignorant of the devices of the devil. It should be noted that no matter the training we may give to our children, we need the wisdom and help of God to train them in line with the will of God. Isaiah 54:13 says "and all thy children shall be taught of the Lord; and great shall be the peace of thy children"

The Spiritual Responsibility of Parent to Children
1. Parent must lead their children to Christ. Joshua said as for me and my house, we will serve the Lord. Joshua 24:15.

2. Parent must pray for their children always and not speak evil into their life.

3. Parent must teach their children the word of God and how to pray - Proverb 22:6

So many atrocities are being committed in the world today because some parents have failed in these spiritual responsibilities.
Praying that God should multiply the peace of our children is a way to put them in God's hands for Him to take control of every aspect of their lives. The devil seeks whom to devour daily and his plans are to render glorious children useless but our God is here to deliver. If there is any of your child that is not making you happy, the power of God can restore the such child and give you peace.

Let us Pray

PRAYER POINTS:
1. O God my father, I thank you because my prayers over my children will be answered speedily today in Jesus' name.

2. O Lord, let all my children be taught of you in Jesus' name.

3. O God my father, let your Holy Spirit continue to instruct my children in righteousness through your word, in Jesus' name.

4. O Lord, I declare that my children shall know peace and rest round about, in the name of Jesus.

5. Every family limitation that is at work in the lives of my children, catch fire in Jesus' name.

6. Every curse delaying the manifestation of peace and glory in the lives of my children, be broken by fire in Jesus' name.

7. O Lord, let all my children know, hear, and listen to your voice for protection, deliverance and safety, in Jesus' name.

8. O God my Father, let my children impact the world for you in Jesus' name.

9. O God my father, let my children be for signs and wonders to their generation, in the name of Jesus.

10. I decree and I declare that my children will increase in wisdom and in stature in Jesus' name.

11. Father, endow my children with spiritual gifts; skills, wisdom knowledge and understanding that they may be 10 times better than their contemporaries, in Jesus' name.

12. Father, supply the needs of my children according to your riches in glory that they may never know lack and financial insufficiency in Jesus' name.

13. Lord, I declare divine health, strength, and vitality over my children in Jesus' name.

14. Father, I pray for all round protection and safety for my children in Jesus' name.

15. Father, I declare that my children shall not miss it maritally in Jesus' name.

16. I pray for godly husbands and wives after your own heart for my children, in Jesus' name.

17. O God my father, let my children fulfil destiny and purpose in life in Jesus Name.

18. Every Spirit of Stubbornness and wickedness in the life of my children catch fire in the name of Jesus.

19. O Lord, let my children live out their lives for you, serve you, do your will, and stand for the truth of your word and your kingdom, in Jesus' name.

20. Thank God for answered prayers

DAY 13

OVERCOMING BY THE WORD OF GOD.

Mathew 4:1-11

Confession: I will worship toward thy holy temple, and praise thy name for thy loving kindness and for thy truth: for thou hast magnified thy word above all thy name. Psalm 138:2

INSIGHT FOR PRAYERS
The creation of this world came to existence by the word of God.

Genesis 1:1-3
In the beginning God created heaven and the earth.
And the earth was without form, and void; and darkness was upon the face of the deep. And the Spirit of God moved upon the face of the waters.
And God said, Let there be light: and there was light.

Romans 4:17b ……even God, who quickeneth the dead, and calleth those things which be not, as though they were.
It was by the word of God, Jesus healed disease and cast out demons, stilled the sea and raised the dead etc.

The Bible says, for thou hast magnified thy word above all thy name. We have two words here, the first one is "word" and the second is "name". Name is a set of words by which a person or thing is known, addressed, or referred to, it can also refer to authority or reputation. Scripturally "Word" refer to the letter or letters, written or printed, which represent a sound or combination of sounds uttered by God. The bible says All scripture is given by inspiration of God, and is profitable for doctrine, for reproof, for correction, for instruction in righteousness 2Timothy 3: 16. He magnified His word above his name simply means that God wants you to meditate over His word again and again so that you really understand the power and authority in His name, through that you overcome every obstacle that comes your way. For His word is quick and powerful, sharper than two edged sword.... Hebrew 4:12

Because, His word is life and it's full of energy/living power. When we speak, it becomes a two mouthed sword and goes faster to make things happen.

The only way to overcome is not by argument, it is only by His word. Let's look at the case of Jesus during His temptation. Mathew 4:1-11

Jesus was tempted by Satan and what was His response? 'It is written.' The second time Satan came to him to be tempted, He responded with the scripture, ' it is written', Satan came to him the third time quoting the scripture but Jesus' answered was it not also written in the word. During these three temptations in the wilderness Jesus overcame Satan only by quoting the scriptures, not by discussion, or argument. Eve was the one arguing or discussing with Satan, what were his results? She fell. But Jesus quoted the word and overcame.

Let us Pray

PRAYER POINTS

1. Appreciate God for His word faileth not in the name of Jesus

2. O Lord, in anyway I have not trust your word enough, God forgive me

3. O God, my father prove the efficiency of your word in my life in the name of Jesus Christ

4. I decree by your word, every negative word spoken against my life be destroy in the name of Jesus.

5. By your Word that says I shall not die, but live, and declare the works of the LORD. (Psalms 118:17) Word of God arise and cancel every judgement of death over my life in the name of Jesus Christ.

6. Every satanic strategy against my life, by your word that says I will overturn, overturn, overturn, It (Ezekiel 21:27) let them be destroy in the name of Jesus Christ.

7. Every demonic utterance issue against my journey this year, word of God swallow it in the name of Jesus Christ.

8. Every good thing that had been stolen from me by the forces of darkness, I recover in seven folds in the name of Jesus Christ.

9. For it is written that "even God, who quickeneth the

dead, and calleth those things which be not as though they were, Roman4:17b" therefore, I call forth my breakthrough in the name of Jesus Christ.

10. I receive grace to overcome every challenges that may come my way this year in the name of Jesus Christ.

11. Every demonic voice saying "No" to the "Yes" of God in my life, be silent by fire in the name of Jesus Christ.

12. Begin to declare the word of God regarding your situation.

13. Thank God for answer prayers

DAY 14

MOVING FROM SCARCITY TO ABUNDANCE
1 King 17: 1- 16

Confession: And the barrel of meal wasted not, neither did the cruse of oil fail, according to the word of the LORD, which he spake by Elijah. 1 King 17:16

Scarcity is the basis or key no problem in any economy, it is when there is shortage, insufficient or lack of supply of resources to an individual or the masses. The notion of scarcity is that there is never enough or limited of resources to satisfy human want.

Abundance is a situation in which there is more than enough of something or a very large quantity of something such as food, resources etc. It is referred to as plentiful, fully sufficient.

Now, if there is scarcity of testimonies, joy, love, peace, money and spiritual blessings, it means the heaven has been closed or sealed up.

According to 1King chapter 17 where Elijah, the Tishbite confronted Ahab that there will be total drought- not a drop of dew or rain, instantly the heaven were shut, there was neither nor dew, as a result, the land did not bring forth herbs.

Similarly, according to I Kings 17:7-16 where Elijah encounters the widow of Zarephath. She was about running out of food, but because she submitted to Elijah's request to feed him first, her small measure -of flour and olive oil never ran out.

In Matthew 14:13-21, the story of Jesus feeding the five thousand.

Then Jesus called his disciples unto him, and said, I have compassion on the multitude, because they continue with me now three days, and have nothing to eat: and I will not send them away fasting, lest they faint in the way....... (Mathew 15: 32- 38), this simply means where there is scarcity of food, it may result to fainting or death.

What actually happened here is that Jesus was moved with compassion, He knew they had nothing to eat. He asked them, how many loaves of bread do you have? And they said, seven, and a few small fishes, which are very limited. Jesus blessed them. The limited food turned Abundance, which fed 4000 people beside women and children and still remains seven baskets full.

I pray for you from now on your life is moving from the level of scarcity to the level of abundance of good things in the name of Jesus Christ Amen.

Let Us Pray

PRAYER POINTS
1. Thank God for He will put an end to scarcity of good things in your life in the name of Jesus.

2. Every sin that has shut the door of heaven even against my life, Lord forgive me in Jesus Name.

3. Every sin not power bringing about scarcity of good things in my life, Lord forgive me in the name of Jesus.

4. Every power preventing me from having enough , Die in the name of Jesus

5. Today, I terminate seasons of lack in my life and my family in the Jesus name

6. From today I move from scarcity of joy to the abundance of joy in the name of Jesus.

7. Your life, move from the land of desolation to the land that is filled with milk and honey in the name of Jesus.

8. I no longer operate in the economy of this country, I operate in the economy of heaven, so therefore God supply all my needs according to His riches in glory in the name of Jesus.

9. In the name of Jesus, I will never run out of help.

10. I shall never be stranded, I have more than enough in the name Jesus Christ.

11. You spirit of poverty, journeying with me in life, depart from my life in the name of Jesus Christ.

12. Angel of wealth, accompany me in the journey of this year in Jesus name

13. Thank God for answer prayers.

DAY 15

THE BLESSING OF THE LORD

— Genesis 12:1-2; Proverbs 10:22 —

Confession: The blessing of the Lord, it maketh rich, and he addeth no sorrow with it. (Proverbs 10:22)

INSIGHT FOR PRAYERS
As believers, we are meant to succeed wherever we step our feet. There is nowhere a child of God is not meant to prosper and bear fruit. Our blessings are not dependant in a particular location, nation, or individual, but on God.

God called Abraham out of his kindred and people to a land he knew not and that became the foundation for him being a generational blessing. Isaac sojourned in the land of the Philistines and great success was his story because God divinely blessed him. Jacob was divinely blessed when he encountered God in the house of Laban. Divine blessings will locate you as well during this period of fasting and prayers.

It is imperative to know that, though God has packaged divine blessings for you in this period but there are powers and forces prepared to frustrate one from receiving them. The answers to Daniel's prayer which was the foundation to his honour in Persia was delayed for twenty-one days by the Prince of Persia, not until the archangel Michael came, glory was not in view for Daniel. Daniel 10:12-14.

You must contend with, and stop the evil powers in prayer and fasting in order to receive your divine blessing. Be strong and courageous, for God has given you the weapons to overcome and take charge of your divine blessing. Many have sought prosperity and blessing from the kingdom of darkness, but they ended up paying dearly for it.

God is the only one who blesses without any rebate or repercussions.

Let us Pray

PRAYER POINTS:
1. O God my father, I thank you because of the blessings you have prepared for me in this ongoing 21days fasting and prayer in Jesus' name.

2. My father, my maker, forgive every of my sins hindering my blessings in Jesus' name.

3. Father, open my eyes and mind to opportunities that will command your blessings upon me in Jesus' name.

4. O God my father, every gang up against my blessings and success, wherever I step my feet, scatter them by fire in Jesus' name.

5. Father, every contention of the devil against my glory and upliftment, be destroyed now, in Jesus' name.

6. O Lord, let every opposition against my breakthrough and blessing, be destroyed in the mighty name of Jesus.

7. O God my father, every agent of slavery and servitude from my father's house set against my prosperity be consumed by fire, in Jesus mighty name.

8. O God my father, every agent of slavery and servitude from my mother's house set against my prosperity be consumed by

fire, in Jesus mighty name.

9. My Father, let every wicked device, enterprise, plan and purpose of the devil against my life be disappointed, in Jesus' name.

10. O Lord, scatter every form of gang up and siege against me and my family in the mighty name of Jesus.

11. Father, break into pieces whatever is fighting my success and blessing in Jesus' name.

12. O God my father, increase me in all ramification and enlarge my coast in Jesus' name.

13. O God, my father, the same way you blessed Isaac in a foreign land, bless me wherever I go in Jesus' name.

14. O God my father, by your word, cause me to possess all my possessions in Jesus mighty name.

15. My father, my maker, let my destiny helpers locate me in this 21 days fasting and prayer, in Jesus' name.

16. O Lord, every prince of darkness withholding my divine blessings, I release battle-ready angels against them, in the mighty name of Jesus.

17. Thank God for answered prayers

DAY 16

O LORD TAKE AWAY MY REPROACH

Psalms 119:22-24

Confession: Remove from me reproach and contempt; for I have kept thy testimonies. Ps 119:22

INSIGHT FOR PRAYERS
WHAT IS REPROACH?
Reproach is an evil embargo placed on a life by dark powers to prevent one's glory from manifesting. Reproach is that demonic wall that hinders one's miracle from coming forth.
Reproach hinders or prevents the benefactor from seeing or helping you.

WHAT HAPPENS WHEN A MAN IS UNDER THE CAPTIVITY OF REPROACH.
1. It blocks one's testimonies
2. It makes one not to be appreciated.
3. It sends success far away from a man.
4. It blocks opportunities in one's life.
5. It makes one live in poverty.

HOW CAN YOU BE FREE FROM DEMONIC REPROACH?
1. Be born again
2. By Prayer and Fasting (James 5:16)
3. Pray Deliverance prayers (Obadiah 1:17)

Let Us Pray

PRAYER POINTS
1. Oh Lord my Father, I thank you for answering my past

prayers in the name of Jesus.

2. Oh Lord my Father, I thank you because you will deliver me from every demonic reproach in the name of Jesus.

3. Father, every reproach in my life blocking my testimonies, let them be removed in the name of Jesus.

4. Every garment of reproach in my life covering my glory, fire of God consume it in the name of Jesus.

5. Every success and breakthrough that reproach has sent far away from me, I recover them, in the name of Jesus.

7. You demonic reproach manifesting in my family, I cast you out in the name of Jesus.

8. Every wall of reproach surrounding my life I pull you down in the name of Jesus.

9. Every veil of reproach covering my face, making my benefactors not to see me, I take it off in the name of Jesus.

10. O God arise, put an end to every season of reproach in my life, begin to move in the name of Jesus.

11. As from today, I will no longer remain in a spot, my life, begin to moves forward in the name of Jesus.

12. Every testimony that reproach has put a stop to, in my life, oh Lord my father, perfect it and deliver the testimonies to me in the name of Jesus.

13. You my life, you shall no longer experience discredit from your helpers in the name of Jesus.

14. Father, I receive all round recommendations in the name of Jesus.

15. Lord I thank you for answered prayers

DAY 17

ACTIVATING THE MINISTRY OF ANGELS

*Hebrews 1:14,
Psalm 91:11-12, Gen 24:7*

Confession: For he shall give his Angels charge over me to keep me in all my ways. Psalm 91:11

INSIGHT FOR PRAYERS

Angels are supernaturally created by God to serve his purposes. They are God's messengers, who deliver messages to humans. They can appear in human form as seen in the Old testament. They are ministering spirits sent to minister to the children of God who are the hairs of salvation. they are ever available to serve us if only we engage them.

How do we activate the ministry of angels?

Activating angels to work for you is not a difficult task. Steps to take
1. Build Relationship with God.
2. Believe in their existence
3. Believe they are created to serve, also know that they are not to be worshiped.

Roles of Angels

1. Angels protect (Psalm 91:11)
2. Angels break and deliver from prison
3. Angels work with the children of God, when they works miracles
4. They fellowship with us (1 Corinthians 11:10, Hebrews 12:22)
5. They attend to our prayers Daniel 9: 21, 10:1- 9,11,12
6. Angels deliver messages and information to us (The birth of Jesus)

7. They give directions
8. They can minister to you. Mathew 4: 1,2,11,
9. Angels made food for Elijah. 1King 19: 4- 8

PRAYER POINTS

1. O lord my father I thank you for the provisions of the angels to serve me and my household, In the name of Jesus.

2. Father, in anyway I have rendered my angels useless, have mercy upon me and forgive me, In the name of Jesus.

3. Angels of the living God I activate your ministries in my life as from today in the name of Jesus, In the name of Jesus.

4. Angels of the living God arise and help me all the days of my life in the name of Jesus.

5. In the name of Jesus I receive divine information that will take me to the top through the ministry of angels, In the name of Jesus.

6. O God my father every of my answered prayers withheld by the darkness they are released today by fire in the name of Jesus, In the name of Jesus.

7. Wherever I have been held bound I received my Deliverance by the ministry of the angels, In the name of Jesus.

8. By the authority of the God, I send the angels forth to bring to me timely help and helpers, In the name of Jesus.

9. Father as from today I receive financial breakthrough through the ministry of angels, In the name of Jesus.

10. I decree and declare that I and my household are safe and

secure through the ministry of angels in the name of Jesus.

11. Every arrow fired from the kingdom of darkness to destroy me and my family back fire, in the name of Jesus.

12. Father by the reason of the ministry of the angels I I have all that I need in the name of Jesus.

13. Angels of the Lord, go ahead of me and grant me speed in all my endeavours, , In the name of Jesus.

14. In the name of Jesus, I receive the grace to enjoy every benefit associated by the angels, In the name of Jesus.

15. Thank God for answered prayers.

DAY 18

INTERCESSORY PRAYERS

Psalm 106:23

Confession: "I urge that supplications, prayers, intercessions, and thanksgivings be made for all people, for kings and all who are in high positions, that we may lead a peaceful and quiet life, godly and dignified in every way." (1 Timothy 2: 1-2)

INSIGHT FOR PRAYERS

Intercessory prayer is, where you stand close side by side with another man in the presence of God and support him with your prayer. When praying an intercessory prayer, one makes plea and meditation before God on behalf of others. Jesus Christ, our Lord, shows us a perfect intercessory prayer example in the Bible. The Bible says Jesus Christ makes intercession for us at the right hand of God (Romans 8:34).

Intercessory prayer helps us tarry before God in the place of prayer. We desire that His will be done over our lives, our leaders, the brethren and even sinners.

Effective intercession is another way of making God to show up in the lives of people and situations. For example, Psalm 106: 23 says "Therefore he said that he would destroy them, had not Moses his chosen stood before him in the breach, to turn away his wrath, lest he should destroy them".

The simplest way you can be a blessing to others is by praying for them.

Things to note if we must be effective intercessors:
* Heb 12: 14 "Follow Peace with all men and Holiness without which no man shall see the Lord". You must be at peace with all men. You must be holy in all manner of your conversations.

* Heb 12:15 "Looking diligently lest any man fail of the grace of God; lest any root of bitterness springing up trouble you, and thereby many be defiled". Bitterness corrupts our prayer and relationship with God. Unforgiveness is a sin. Every seed of bitterness in your life needs to be uprooted and replaced with the heart of love.

It is my prayer that everyone participating in this annual prayer and fasting will become an effective intercessor and will be able to stand before and intercede for others.

LET US PRAY:
1. **Father, I thank you for being the Almighty God who can do all things.**
2. **Father, forgive me if I have not been praying enough for others.**
3. **Prayer for Ven. Tunde Bamigboye and His family:**
    (a). O God my father, strengthen your son in the name of Jesus
    (b). O God my father, never allow evil arrows to locate your son Ven. Tunde Bamigboye and His family in the name of Jesus
    (c). O God my Father, continue to bless your son Ven. Tunde Bamigboye and His family in the name of Jesus.
    (d). O God My Father do not allow your son en. Tunde Bamigboye and His family to miss Heaven.

4. **For Pastors and Ministers in Wakati Itusile Global:**
    (a). O God my father, uphold all the ministers in Wakati Itusile in the name of Jesus.
    (b). O God my father, meet the needs of all Wakati Itusile ministers in the name of Jesus.
    (c). O God my father, grant all the Wakati Itusile ministers grace to be faithful till the end of their journey in life.

Intercessory Prayers

5. **For the Christian Church/body of Christ all over the world.**
   (a). O God my father, help your church in the world not to lose focus and purpose in the name of Jesus.
   (b). O God my father, let your righteousness reign in your church all over the world in the name of Jesus

6. **For Wakati Itusile Ministry (Christ Covenant Deliverance Ministry)**
   (a). O God My father, give this ministry global expansion in the name of Jesus
   (b). Wakati Itusile, hear the word of God, the Power of darkness will not have dominion over you the name of Jesus.

7. **For the heads of state and peace in the nations.**
   (a). O God my father, help our rulers/Leaders to rule in the fear of God.
   (b). O God my father, let your word have free course in the nations of the world bringing sinners to God's love and turning them into Christ Jesus in salvation.

8. **For the conversion and salvation of people around us.**
   (a). O God my father, make Yourself known to all people around us for salvation and conversion.

9. **For those who proclaim the Gospel throughout the world.**
   (a). O God my father, continue to strengthen and empower the evangelists that proclaim the gospel around the world.
   (b). O God my father, sustain the families of these evangelists in the name of Jesus.

10. **For the children of God that is suffering and deprived**

around the world.
(a). O God Arise and fight for them in the name of Jesus

11. **For persecuted Christians.**
    (a). O God my father, give them more grace not to give up their faith in the name of Jesus.

12. **For fellow Believers who are weak spiritually.**
    (a). O God my father strengthens the believers that are weak spiritually in the name of Jesus.

13. **For friends and loved ones:**
    (a). O God my father, let the brotherly love and Genuine love prevail in the name of Jesus.

14. **For Trouble homes and families.**
    (a). O God my father, let your Peace reign in the name of Jesus.

15. **For the sick.**
    (a). O God my father, heal the sick people in our families, Church, and communities in the name of Jesus.

16. **Thank God for answer Prayer in the name of Jesus.**

DAY 19

O LORD PUT UPON ME YOUR MANTLE OF POWER.

1Cor 4:19-20

CONFESSION: *For the kingdom of God is not in word, but in power. 1Cor 4:20*

INSIGHT FOR PRAYERS
When we talk about the mantle of power, this is the outward manifestation of God's power. Power simply means ability to get things done. The word power is derived from a Greek word 'dunamis'. This power is needed in the life of a believer to aid the effective preaching of the gospel because every believer has to operate in the realm of power and not in words alone. The gospel has to be preached with the backing of the power of God that is why the mantle of power is needed in a believer's life. Also, every believer is in the battle field and we cannot win the battle without the power of God.

WHY DO WE NEED THE MANTLE OF POWER
1. To witness christ to the world (Acts 1:8)
2. To do exploits for God (Dan 11:32)
3. For the manifestation of christ
4. To prevent our heart from fainting (Isaiah 40:29)
5. To prepare us as God's battle axe.
6. To overcome the enemy.

Let Us Pray

PRAYER POINTS
1. Oh Lord my Father, I thank you because you will hearken to my prayers once again, in the name of Jesus.
2. As from today, I begin to manifest in the fullness of God's

power in the name of Jesus.

3. You my life, hear the word of God, begin to operate in the higher level of power in the name of Jesus.

4. Oh Lord my father, empower the words of my mouth, as from today, in the name of Jesus.

5. O God my father let the mantle of power rest upon my life in the name of Jesus.

6. Power for exploits, rest upon my life in the name of Jesus.

7. O lord my father, release upon me the garment of power in the name of Jesus.

8. Power to be a witness unto Christ, come upon my life in the name of Jesus.

9. Power as of old that cannot be silenced, my life is available, come into my life in the name of Jesus.

10. Power of God that cannot be insulted, fall upon me in Jesus name.

11. Power that evil arrow cannot locate, rest upon me in Jesus name.

12. As from today, I begin to operate in the healing power of God in the name of Jesus.

12. Every power that are not of God, manifesting themselves in the journey of my life, I command them to die in the name of Jesus.

13. You my life, hear the word of God, you shall not be devoid of

the power of God in the name of Jesus.

14. My father, I receive power to challenge every principalities in the name of Jesus.

15. Lord I thank you for answered prayers

DAY 20

TAKE ME TO THE NEXT LEVEL

Joshua 14:6-11, Joshua 13:1

Confession: The Lord our God spake unto us in Horeb, saying ye have dwelt long enough in this mount. Deuteronomy 1:6

INSIGHT FOR PRAYERS

God said to the children of Israel at Horeb "You have dwelt long enough at this mountain". Deuteronomy 1:6 Like the Israelites, many of us have dwelt so long on where we are now. It's high time we moved to the next level. For you to move to the next level, you must have possessed the territory where you are now for God, the power to possess or dominate one level or the other is from God and He has given us this power. Genesis 1:26-28

When we understand our authority in Christ Jesus, we can possess our current level and move by faith to the next level. It should be noted that for every new level, there is new power and authority to operate.

Next level is fulfilling God purpose

The book of Joshua 13:1 " Now Joshua was old and advanced in years and the Lord said to him, you are old, advanced in years and there remains very much land yet to be possessed.

From the above bible passage, the next level of Joshua is to possess more land. It is clear that for Joshua to fulfil purpose despite that he is stricken in age, he needs to possess land that God has given to Israel in spirit. Hence, moving to our next level is fulfilling the purpose of God for our life

Caleb in the book of Joshua 14:6-11 has been on one level for 45 years but in verse 12 he was now ready to move to the next level. Then he said to Joshua, "give me this mountain and he then proceed to conquer and possess Hebron.

As Christians, we are not permitted to remain at one level without making an effort to move to the next level. It should be noted that every believer is a work in progress, hence, we are not permitted to remain in a state without progressing to the next level.

What you must do to attain next level
1. You must be tired of your current level and desire the next level (as Caleb did in Joshua 14:6-11).
2. You must work towards the attribute and qualification you needed for the next level
3. You must not dwell on the former achievement but look forward to the new Achievement. Isaiah 43:18.
4. You Must be man of Prayer.

Let us Pray

PRAYER POINTS:
1. Thank you lord for using this prayer to move my life forward by fire

2. O Lord my father, empower my life with your authority over demonic forces in Jesus name.

3. Let all impossibilities begin to become possible for me In Jesus name.

4. O Lord, take me to the level you want me to be by fire in Jesus name.

5. O Lord my father, make way for me where there is no way in Jesus name.

6. O Lord, multiply me and make my life profitable in all my endeavour, in Jesus name.

7. Every power working against my next level, die by fire in Jesus name.

8. I shall not die at the edge of my breakthrough in Jesus name.

9. O Lord, make me break loose from every obstacle on my way to progress in life in Jesus name.

10. I declare spiritual and physical breakthrough into my life in Jesus name.

11. I break every yoke of unfruitfulness in my life in Jesus name.

12. O God my father, I have over stay in this position, let the doors of breakthrough open for me in the name of Jesus Christ.

13. Where others are saying there is casting down, O Lord my father let there be lifting up for me in the name of Jesus Christ.

14. Grace and Power that I needed for my next level, O Lord my father supply them in the name of Jesus Christ.

15. O Lord my father, connect me to those that matter for my next level in the name of Jesus Christ.

16. Thank you Jesus for Answering my prayer in the name of Jesus Christ

DAY 21

OH LORD GIVE DIVINE APPOINTMENT

—— Habakkuk 2:2-3, Psalm 37: 23. ——

***Confession:** "For the vision is yet for an appointed time, but at the end it shall speak, and not lie; though it tarry, wait for it: because it will surely come, it will not tarry. Habakkuk 2:3*

INSIGHT FOR PRAYERS
A Divine Appointment is a meeting with another person(s) that God has specifically and unmistakably arranged. The Holy Spirit, sets up such encounters because someone, needs what He can offer them through you.

God has a divine purpose for each one of us, and when we allow Him to fulfill it, we will be involved in divine appointments.

God orders, arranges, and establishes the details of His children's lives, including some unexpected divine appointments. The Lord directs the steps of the godly. He delights in every detail of their lives.

"This is what the Lord says to Zerubbabel: It is not by force nor by strength, but by my Spirit, says the Lord of Heaven's Armies. (Zechariah 4:6, NLT).

Divine appointments are set up by the Holy Spirit:
- For you to have encounter with God
- For you to have encounters with your destiny helpers and
- For you to have encounters with circumstances that will propel you to your place of destiny

Are you ready for divine appointments?
The story of Phillip and the eunuch is a beautiful illustration of the

special encounters that God orchestrates for the Christians who walk in the Spirit (see Acts 8:26–39). Philip could have ministered just to the crowds in the cities and village, but God sent him to the desert for a divine appointment with an individual.

Here are three specific things to help you capture divine opportunities:
1. **Pray for divine appointments:** How does a Christian allow the Holy Spirit to make such appointments for him? The answer is to pray! Pray as many times as possible a day. Cornelius, a God-fearing Gentile who had a heart for the poor, was praying one day when an angel told him, (Acts 10:4–6).

2. **Prepare for divine appointments:** 2 Timothy 4:2, "Preach the word; be prepared in season and out of season" (NIV). Read also, in 1 Peter 3:15. If we all start looking for those "divine appointments," we will find them. By making ourselves available to God, we will see things happen that we would have never expected.

3. **Act on the opportunity of a divine appointment:** The story of the Samaritan woman is another example of a divine appointment (see John 4:5– 42). Jesus met the woman at Sychar's well and seized the opportunity to minister to her. The result was that she and the whole village believed in Him, and it changed their lives. We know that this was truly a divine appointment because of the results.

The divine appointment is not by our ability or strength, it is orchestrated by God, it is the product of the mercy and favour of God.

Let Us Pray
PRAYER POINTS

1. Father, I thank you because this year you have arranged for me to have divine appointment for me, that will make me succeed, in Jesus name.

2. O God my father, Any sin in my life that can hinder my divine appointment forgive me in Jesus' name.

3. O God my father, let me have an encounter that will position me for favour and breakthrough in Jesus name.

4. O God my father, Every bridge linking me to my benefactor that has been destroyed, Lord, rebuild it for me, In the name of Jesus.

5. O God my father, this year, arrange situations and events that will result in divine appointment for me, in the name of Jesus.

6. Every mark of hatred in my body that is preventing divine appointment in my life, blood of Jesus wipe it off in the name of Jesus.

7. O God my father, today announce me for divine advancement and upliftment in the name of Jesus.

8. Because I am divinely appointed, I will never be disappointed or put to shame in the name of Jesus.

9. Oh Lord, by your power demolish and uproot every power standing in the way of my divine appointment in Jesus name.

10. Father, connect me to people that matter to my purpose and destiny in the name of Jesus.
11. Every arrow of failure and disappointment fired into my

destiny, backfire in the name of Jesus.

12. I cancel every evil appointment against my life, and I put into action the appointment of God in my life in Jesus' name.

13. I cancel appointment with Death, Failure, Sorrow with tragedy in my life, in Jesus name

14. I have Divine appointment success, breakthrough, wealth, great achievements.

15. Because I have the divine appointment, I am the most preferred among my contemporaries in the name of Jesus.

16. Power from my father house, saying NO to my divine appointment. I command you to die in the name of Jesus.

17. Because I have been divinely appointed, I will arise and shine in all areas of my life in Jesus name.

18. Thank you Jesus for the answered prayer in Jesus name.

CCDM SCHOOL OF PRAYER AND DELIVERANCE
(CCDM - SOPAD)
We Are Totally Non-denominational
WAO Blocks Bus Stop, Iwaye Along Coca-Cola Ilogbo Road, by Ojuore, Ota, Ogun State.
CCDM SCHOOL OF PRAYER AND DELIVERANCE
(CCDM - SOPAD)
OFFERS ADMISSIONS INTO
SCHOOL OF PRAYER & DELIVERANCE
WE ARE NEITHER COLLEGE OF THEOLOGY NOR SEMINARY SCHOOL
WE MAJOR ON PRAYER AND DELIVERANCE.
Duration for the School of Prayer: 5 Months
Duration for the School of Deliverance: 5 Month
We have Seasoned and Spiritual Lecturers
Distance is not a barrier
WHO SHOULD REGISTER?
Are you called into a Deliverance Ministry
Are you willing to shake your world
Are you willing to take over territories
Are you threatened by the Devil
Are you willing to walk with God in a deeper relationship
Anyone seeking to build a vibrant and consistent prayer life
Anyone who seeks to see the will of God done in their lives, family and nation
Anyone who wants to put a stop to the activities of the enemy
Anyone who wants to live a victorious Christian life
Anyone who wants to fulfil God's plan for their lives
Register with us today.
A trial will convince you.........
Call this numbers for more enquiries:
08023812685, 07010746114, 08109300549, +18324334236
Friday
5:00pm-8:00pm WAT
Saturday
12:00noon-3:00pm WAT

THE AFRICAN CHURCH
Motto: Heaven's Light Our Guide
Agege Diocese
ST. PETER'S BLESSED PARISH
ALAGBIGBA ARCHDEACONRY
30, Alagbigba Street, Off Capitol Road, Agege, Lagos.
PRESENTS
Wakati Itusile
hour of deliverance
EVERY
WEDNESDAY
TIME: 9AM - 12NOON
VENUE:
CHURCH PREMISES
1ST
SATURDA
OF EV
MONTH P
MOUN
8AM - 11A
COME FASTING WITH A BOTTLE OF WATER
FEATURING:
POWER IMPARTATION,
BREAKTHROUGH, SALVATION,
TURN AROUND IN LIFE,
TESTIMONIES
ENQUIRIES: 07037261335, 08032114301
JESUS IS LORD
58 of 58

Sunday Programs

Sunday School
[8:45am - 9:45am CAT]

Glorious Sunday Service [10am - 12:30pm CAT]

Wakati Itusile Prayer-Line [9pm - 10pm CAT]

Friday Programs

Ten Minutes Prayer (all social media platforms)
[12pm - 12:10pm CAT]

Friday Preceding 1st Saturday Monthly (weekend deliverance)
[11 pm – 3am CAT]

Monday Programs

Pregnant & Expectant Women Prayer Meeting [10am – 12pm CAT]

Wakati Itusile Radio Podcast [10am-12:30pm CAT]

Thursday Programs

Prayer Room / Counselling [11am – 6pm CAT]

Online Weekly Vigil (All Social Media Platforms) [11pm – 1am CAT]

Saturday Programs

First Saturday Monthly:
– Live Monthly
Mountain Program
[8am - 11am CAT]

First Saturday monthly:
– weekend deliverance
[4pm – 3am CAT]

Tuesday Programs

Prayer Room / Counselling
[9am-6pm CAT]
Wakati Itusile TV
Broadcast (Dove TV)

IWE ADURA FUN ADURA
ATIAWE OLOJO MOKANLELOGUN
FUN ODUN 2024

**AKORI GBORO: AKOKO IBAPADE
LATI ORUN WA**

YORUBA VERSION

ARO AKOSO

Ope ni fun Olorun! A ti wa ninu odun 2024. E Kaabo sinu odun **OPOLOPO AJOYO ATI AYO PIPE**

Ọlọrun pa ọ mọ ni ailewu ninu ọdun to koja. Ohun tí àwọn òtá pète pèro sí ọ ni O sọ di asán. Olorun kanna ti o pa ọ mọ ninu ọdun to koja yoo pa ọ mọ ninu ọdun yi. Nítorí òun kan náà ni lánàá, lónìí, àti títí láé. Ohun ti O se lana, O tun le se bakanna loni.

Odun dabi ilu kan ti o ni enu ibode ati wole, enikẹni ti o ba ni kọkọrọ si ẹnu-bode nikan ni o le wọle si ilu naa. Ti eniyan ba wọ inu ilu naa nikan lo le je anfani ohun rere ti o nbe ninu re.

Ọlọrun wa ti sọro lẹẹkansi. O ti fun wa ni kokoro si enu ibode lati wo inu ilu na. kokoro na ni **"AKOKO IBAPADE LATI ORUN WA"**

Nipa ibapade atọrunwa, Ọlọrun ti ṣeto ni pato pe ki o ni ibapade pẹlu eniyan tabi iṣẹlẹ ti yoo yi igbesi aye rẹ pada si rere. Ẹmí Mimọ ṣeto iru awọn igba bayi lati mu ki eniyan se alabapade oloore. O ko jina rara si ojurere ati oluranlowo ayanmo rẹ.

Olorun ti ṣetan lati ṣe ohun iyanu pupọ ninu aye rẹ ninu ọdun 2024. Gege bi ise wa, oṣu keji je osu aawẹ ati adura wa, ati pe Ọlọrun ni ọpọlọpọ eto rẹ fun wa gẹgẹbi ijo ati gẹgẹbi olukuluku. Bi o ṣe ngba awẹ ati gbadura yi, iwọ yoo gba ọpọlọpọ idari lati ọdọ Ọlọrun wa.

Fun wa lati ni iriri ohun ti Ọlọrun ni nipamọ, ani ipa lati ko, agbọdọ se ifẹ Rẹ, a si gbọdọ ni oye igba ati akoko.

Mo palaṣẹ pe ọrun rẹ ṣii. Ise iranse awọn angeli yoo bere si ni sele. Ni lọwọlọwọ yìí, àwọn áńgélì wa loju iṣẹ. Ise iyanu n ṣẹlẹ bayi nitorina mura silẹ.

Ni ọdun 2024 yii, iwọ yoo ni awọn ibapade pẹlu Ọlọrun ti o kọja ero tabi ipinnu rẹ.

Bi o ti wa ni imurasile lati ri ohun ti Ọlọrun ni nipamọ fun ọ ni ọdun yii, Ọlọrun yoo fi ara Rẹ han ọ ni ọna ti o ko lero. Kigbe re, **"ODUN OPOLOPO AJOYO ATI AYO PIPE MI RE"**
Ti o ba gbagbọ pariwo Amin!

REV. SAM OLUKOSI

AKOJOPO

	OJO	ORO AKOSO	OUNKA
1	Ojo Kinni	Adura Ope	— 102 - 105
2	Ojo Keji	Oluwa fun mi ni itoni lati oke wa	— 106 - 109
3	Ojo Keta	Oluwa mu ileri re se ninu aye mi	— 110 - 114
4	Ojo Kerin	Emi ki oo sise Lasan	— 115 - 118
5	Ojo Karun	Oluranlowo Ayanmo mi Farahan Nipa Ina	— 119 - 123
6	Ojo Kefa	Oluwa je ki Owo rere re wa Lara mi	— 124 - 127
7	Ojo Keje	Oluwa mu Ayo mi Kun	— 128 - 131
8	Ojo Kejo	Ọlọrun Iyanu	— 132 - 136
9	Ojo Kesan	Oluwa Gba Ogun mi ja	— 137 - 140
10	Ojo Kewa	Oluwa Gba mi lowo Ota Olori Kunkun	— 141 - 144
11	Ojo Kokanla	Ranti mi Oluwa	— 145 - 147
12	Ojo Kejila	Oluwa so alafia awon Omo mi di pupo	— 148 - 152
13	Ojo Ketala	Bibori nipa Oro Olorun	— 153 - 156
14	Ojo Kerinla	Kikuro ninu Owon gogo si inu Opo	— 157 - 160
15	Ojo Keedogun	Ibukun Oluwa	— 161 - 164
16	Ojo Kerindinlogun	Oluwa mu egan aye mi Kuro	— 165 - 167
17	Ojo Ketadinlogun	Fifi ise iranse awon Angeli si oju ise	— 168 - 172
18	Ojo Kejidinlogun	Adura Isipẹ	— 173 - 177
19	Ojo Kokandinlogun	Oluwa Gbe agbada agbara wo mi	— 178 - 180
20	Ojo Ogunjo	Oluwa mu mi lo si lpele ti Okan	— 181 - 184
21	Ojo Kokanlelogun	Akoko ibapade lati oke wa	— 185 - 189

Ojo Kinni

ADURA OPE

Orin Dafidi 100: 1-5

— Adura Ope

IJEWO: E lo si enu ona re tie yin ti ope, ati si agbala re tie yin ti iyin. Ps 100: 4a

ORO IYANJU FUN ADURA

A dupẹ lọwọ Ọlọrun wa fun anfani miiran ti a fun wa lati jẹ alabapin ninu ãwẹ ati adura ọlọjọ mokanlelogun ti ọdun yii.

O jẹ ohun ti o dara lati dupẹ lọwọ Oluwa fun ohun ti o ti ṣe. Eniyan iba yin Oluwa nitori oore re ati nitori iṣẹ iyanu rẹ si awọn ọmọ eniyan. Orin Dafidi 107:31

Ko rọrun nigbagbogbo lati dupẹ ṣugbọn o jẹ aṣẹ Ọlọrun fun awọn eniyan lati ma dupẹ lọwọ Olorun, paapaa nigba ti a ko yi ti ri idahun ibere wa gba eyiti ọkàn wa nfẹ.

Nipa fifi ọpẹ fun Ọlọrun, a njẹwọ oore Rẹ, aanu, ojurere ati titobi Rẹ lori aye wa.

Mi mọ Ọlọrun to fun ope laye ara re. nitoripe ninu rẹ a ni iye ainipekun. Nigba ti a ba bojuwo ehin ti a si ranti gbogbo awọn iṣẹ rere rẹ ninu igbesi aye wa, bi o nti ntoju wa, ti osi npawamọ kuro ninu ibi gbogbo,ti o ngba wa kuro ninu ikẹkun awon peyepeye, ti o si npese onje ojọọ fun wa, ti osi fun wa ni alaafia ati ayọ, bi o nti ba wa gbe eru wa lojoojumọ pẹlu awọn ọpọlọpọ anfani ti o fi nfun wa, nitori idi eyi oye lati fi ọpẹ fun.

Fifi ope fun Olorun gbodo je ohun aun moomo se, o gbọdọ jẹ idupẹ ti o ti ọkan wa ti a ba fẹ ki Ọlọrun gbaa. Orin Dafidi naa sọ pe fi ibukun fun Oluwa iwo okan mi ati ohun gbogbo to wa ninu mi, fi

———————————————————————————— Adura Ope

Ibukun fun orukọ rẹ mimọ. Orin Dafidi 103: 1.
Nigbakugba ti o ba yọ ayọ ti o si dupẹ lọwọ Oluwa, awọn ọta rẹ yoo padanu. idupe jẹ ọkan ninu awọn kọkọrọ si isẹgun, o ṣii nsi ilẹkun imuse ati pe yio mu ki Ọlọrun le se ore owo re si fun wa. Imore jẹ ohun ija.

Mo gba gbogbo eniyan niyanju lati fi tọkàntọkàn fi ọpẹ fun Oluwa laibikita ipokipo ti aba wa, Olorun ti ṣetan lati ṣe ju awọn ireti wa lọ ninu ãwẹ ati adura olojo mokanlelogun yii

KOKO ADURA
1. Baba mi o, Mo dupẹ lọwọ rẹ fun ododo rẹ lori aye mi ni orukọ Jesu.

2. O ṣeun Oluwa fun jije Oluwa ati olugbala mi, O ṣeun nitoriti o ku fun ẹsẹ mi lati ra iye fun mi ni orukọ Jesu.

3. Oluwa Mo dupẹ lọwọ rẹ fun oore-ọfẹ lati jẹ alabapin ninu ãwẹ ati adura ọlọjọ mokanlelogun yii, ni orukọ Jesu.

4. Ọlọrun ti on dahun adura, o ṣeun nitori nigbakugba ti Mo ba pe ọ o un da mi lohun.

5. Baba mi o, Mo dupẹ lọwọ rẹ nitoriti iwọ ni Ọlọrun ti kii janikule, bẹni Iwọ ko ni Ijakule ri.

6. Oluwa, Mo dupẹ lọwọ rẹ nitori ti o ti fi aṣẹ fun awon angẹli rẹ lati pamimo ni ona mi gbogbo ni oruko Jesu.

7. O ṣeun oluwa fun majẹmu aanu ti Mo ngbadun ni wakati Itusile nitori majemu aanu na kii yoo tan ni orukọ Jesu.

8. Oluwa Mo dupẹ lọwọ rẹ fun ilera to dara ninu Jesu Kristi.

9. Mo dupẹ Oluwa fun awọn ọjọ Ayọ ti o ti pese sile fun mi ninu ọdun yii, nitori gbogbo ojo yi ni yoo se oju mi ni orukọ Jesu.

10. Baba Mo dupẹ lọwọ rẹ fun awọn ibukun ati awọn iṣẹgun ti Emi yoo gba ninu ãwẹ ọlọjọ mokanlelogun yii ati adura ni orukọ Jesu.

11. Oluwa, Mo dupẹ lọwọ rẹ fun alafia ti o fun mi ati ile mi nitori Alafia naa ko ni duro ni orukọ Jesu.

12. O ṣeun baba nitori Emi kii yoo gba ere itiju ni orukọ Jesu.

13. Oluwa, Mo dupẹ lọwọ rẹ nitori nipa oore-ọfẹ rẹ iwọ yoo ṣe atilẹyin fun mi emi kii yoo si ni ijakulẹ ni Oruko Jesu.

14. O Ṣeun baba mi, nitori iwọ yoo bukun mi pẹlu gbogbo awọn ibukun ti ẹmi ni orukọ Jesu.

15. Dupe lowo Ọlọrun nitoriti O ti tewo gba ope re ni oruko Jesu

Ojo Keji

OLUWA FUN MI NI ITONI LATI OKE WA

Gęnęsisi 26:1 ati ęsę 12-13, Rutu 1:1-8

IJEWO: Fi gbogbo aya re gbekele Oluwa; má si ṣe te si imo ara rẹ. mọ on ní gbogbo ọ̀nà rẹ; oun o sì máa tọ́ ipa ọ̀nà rẹ. (Òwe 3:5-6).

ORO IYANJU FUN ADURA

Itoni atoke wa tumo si gbigba idari lati odo Olorun lori igbesẹ tabi ipinnu lati mu ayan mo ṣẹ. Bibeli ninu iwe Gẹnẹsisi 26:1 ati ẹsẹ 12 ṣakọsilẹ re pe ìyàn kan mú ni ilẹ ti Isaaki ngbe, Ọlọrun fun Isaaki ni itọni pe ki o ma lọ si Egipti ṣugbọn ki o duro ni ilẹ Garari. Isaaki gbọ̀ràn sí ìtọ́ni àtọ̀runwá yií, ó sì ri ibùkún gba lowo Olorun.
(Genesisi 26:12) sọ pe *"Nigba nna ni Isaaki funrugbin ni ilẹ naa, o si ri oroorun mu ni odun; oluwa si busi fun un"*

Èyí jẹ́ àkókò kan náà tí ìyàn mu ni ilẹ̀ náà, a bùkún Ísaákì nítorí pé ó gba ìtọ́ni àtọ̀runwá. Paapaa ni iru akoko ti eto-ọrọ aje ti di ibajẹ loni, ọpọlọpọ awọn anfani ni o wa ni ayika wa ti o le gbe wa de ilẹ ileri, ṣugbọn a le ria awon anfani yi gba mu nipasẹ itọsọna atọrunwa.

Bí a bá tún ye ìgbésí ayé Elimeleki àti Náómì wò nínú ìwé Rútù 1:1-5. Bibeli fi ye wa wipe Naomi, Oko re ati awon omo re mejeji fi orílẹ-èdè wọn sílẹ lái gba ìtọ́sọ́nà Ọlọ́run torí pé ìyàn mú ní ilẹ̀ náà. Ní òpin gbogbo rẹ̀, ọkọ (Élímélékì) àti àwọn ọmọ méjèèjì (Málónì àti Kílíónì) kú. Léyìn náà, Ọlọ́run bù kún ilẹ̀ tí wọn ti jade wà. Ẹsẹ 6 ti Rutu 1 (Rutu 1: 6) …… *nitori pe o ti gbọ ni ilẹ Moabu bi Oluwa ti bẹ awọn eniyan rẹ̀ wò ni fifi ounje fun won.*

Nitori idi eyi yẹ ki a ma duro de Ọlọrun nigbagbogbo fun itọsọna ṣaaju igbese wa.

Bawo ni o se le gba itóni atoke wa

Bibeli ninu iwe Owe 3: 5-6 (gẹgẹ bi a ti sọ ninu ijẹwọ wa loke) sọ ọ fun wa ni pataki bi a ṣe le gba itóni lati ọdọ Ọlọrun wa, iwonyi ni nse ilana na:

1. **Ni igbẹkẹle ninu Oluwa pẹlu gbogbo ọkan rẹ:** eyi ni ohun akọkọ ti o nilo lati le se ki ato le gba itóni Ọlọrun lati oke wa, o gbọdọ gba Jesu Kristi bi Oluwa ati olugbala ati pe igbekele wa gbodo wa ninu ọrọ Rẹ. Eyi ṣe pataki pupọ.

2. **Mase tẹ si Imọ ara rẹ:** lati gba itóni ati orun wa, iwọ ko gbọdọ gbekele agbara tabi imọ tirẹ, 1 Samueli 2: 9b sọ wipe nipa agbara ko si eni ti yoo bori.

3. **Mọọ ni gbogbo ọna rẹ:** Mimọ Ọlọrun ni gbogbo ọna tumọ si, fifi Ọlọrun se akọkọ ninu ohunkohun ti a fẹ ṣe. A le moo nipa nini ibasepo pẹlu Rẹ, ati nipa Igbesi aye adura igbagbogbo ati nipa isise asaro ninu ọrọ Ọlọrun. Eleyi ni ona lati mọ Ọlọrun.

E JE KI A GBADURA

1. Baba mi o, Mo dupẹ lọwọ rẹ nitori iwọ yoo tọmisona bi mo ti ngbadura ni orukọ Jesu.

2. Baba mi o! ni gbogbo ona ti mo ti kuna lati gbekele o, tabi ni gbogbo ona ti mo ti tesi imo ara mi, Oluwa dariji mi ni orukọ Jesu

3. Oluwa Ọlọrun mi, fun mi ni ọkan ti o ngbẹkẹle iwo nikansoso, ni orukọ orukọ Jesu.

4. Baba mi o! Ma se je ki aiye mi wa laini itoni Re ni oruko Jesu

5. Ọlọrun baba mi o, mo kọ lati wa ni ipo iporuru laisi ojutu ni orukọ Jesu. Iwo ẹmi rudurudu ninu aye mi mo ba ọ wi ni orukọ Jesu.

6. Mo gba oore-ọfẹ lati gbọràn si itọni Ọlọrun ni orukọ Jesu.

7. Mo gba itọni ojoojumọ lati ọdọ Ọlọrun wa ni orukọ Jesu.

8. Ninu gbogbo awọn igbese mi ninu aye, Oluwa dari mi lati gbe igbese ti o tọ ni orukọ Jesu.

9. Mo gba ore-ofe lati gbe igbese totọ nigbagbogbo ni oruko Jesu.

10. Baba mi o, gbogbo ero ninu mi, ti o lodi si ife re, Oluwa pare ni orukọ Jesu.

11. Baba mi o, dari mi si ibi aluyo ati aseyori mi ni Orukọ Jesu.

12. Baba mi o, dari mi si ibiti ojo iserere mi nrọ si ni orukọ Jesu.

13. Baba mi o, Emi ati ile mi kii yoo ṣe ipinnu ti yoo jẹ ki a parun ni orukọ Jesu.

14. Dupe lowo Ọlọrun fun idahun adura re ni orukọ Jesu.

Ojo Keta

OLUWA MU ILERI RE SE NINU AYE MI

HEB 6:12-18

IJEWO: Nitoto mi Ibukun emi o bukun fun o, ati ni bibisi emi o mu o bi sii. HEB 6:14.

ORO IYANJU FUN ADURA
Ninu iwe-mimọ Ọlọrun ti fun eniyan ni ọpọlọpọ awọn ileri:

Ó ṣe ìlérí fún àwọn ti a ndalebi ati àwọn onírẹ̀lẹ̀ tí wọ́n ń wá ìbalaja. Ọlọrun ṣe ileri fun awọn ti o wa ni ainiretí. Mat 11:28
Ọlọ́run ṣèlérí fún àwọn tó bá ṣègbọràn. Proverb 3:5-6.
Ọlọrun ṣe ileri lati dahun adura Mat 7:7.
A ní Ọlọrun Olódùmarè tí ó bìkítà fún wa tí ó sì fẹ́ kí ọkàn wa gba ìdarí Rẹ̀ fún ìgbésí ayé wa. Nítorí idi eyi ni o se dan okan igbagbo wa wo, kí a baà lè dàgbà nínú òye àwọn ọ̀nà Rẹ̀, kí a si kọ́ láti dúró lórí àpáta Kristi ati àwọn ìlérí Rẹ̀ tí kò yí padà.

Nipa igbagbọ́ ati sũru ni awọn onigbagbọ fi jogun awọn ileri Ọlọrun ni ijọba rẹ̀. Awọn ileri Ọlọrun jẹ ifẹ Ọlọrun fun igbesi aye wa gẹgẹbi eniyan. Awọn ileri Ọlọrun si awọn onigbagbọ ninu Kristi ko ni opin ati pe a nilo lati fi ṣi oju iṣẹ ki a si ma rin ninu wọn.
Bibeli kun fun awon ileri Ọlọrun fun igbesi aye wa ati ọjọ iwaju, ọna kan ṣoṣo ti a le fi fi idi ileri Olorun mulẹ ni nipa gbigbadura.
2 Kọ́ríńtì 1:20 - "Nítorí pe bi o ti wu ki ileri Ọlọ́run pọ̀ tó, ninu re ni bẹ́ẹ̀ ni: ninu re pelu ni Àmín si ògo Ọlọ́run nipase wa."

Ọlọrun yóò mú àwọn ìlérí tí ó ṣe fún ọ ṣẹ nípa agbára rẹ àti nípa ìgbàgbọ́ rẹ nínú rẹ̀.

AWON IWE MIMO TI O SO NIPA AWON ILERI OLORUN

1. Jeremiah 29:11 - Nitori emi mọ̀ ero ti mo rò si yin, ni Oluwa wi, ìro alafia, kì si iṣe fun ibi, lati fun nyin ni igba ikeyin ati ireti.
2. Isaiah 41:10: Iwo ma bẹru; nitori mo wà pẹlu rẹ: máṣe fòya; nitori emi li Ọlọrun rẹ: emi o fun ọ ni okun; nitõtọ, emi o ràn ọ lọwọ; nitõtọ; emi o fi ọwọ́ ọtún ododo mi gbe ọ sóke.
3. Deuteronomi 31:6 ati ese "8" "E se giri ki e si mu aya le, e ma beru, e ma si se foya won: nítorí pe Olúwa Ọlọrun rẹ, òun ni ó ń bá ọ lọ; òun kì yóò fi ọ́ sílẹ̀, bẹ́ẹ̀ ni kò ní ki yoo kọ ọ́. 8. Ati Oluwa oun ni o n lo saaju re; oun ni yoo pelu re, oun ki yoo fi o silẹ, bẹ̃ẹ̃ ni, kì yoo kọ̀ ọ: má se bẹ̀ru, bẹ̃ẹ̃ ni ki aya ki o ma ṣe fò o."
4. Johannu 16:33: Nkan wọnyi ni mo ti sọ fun nyin tele, ki ẹnyin ki o le ni alafia ninu mi. Ninu aye, ẹnyin o ni ipọnju; ṣugbọn ẹ tújuka; Mo ti segun aye.
5. Johannu 14:13-14 Ohunkohun ti enyin ba si bere ni oruko mi,oun naa ni emi o se, ki a le yin Baba logo ninu Omo. 14 Bi enyin ba bere ohunkohun ni oruko mi, emi o se e.
6. Eksodu 14:14: Nitori ti OLUWA yoo jà fun yin, ki ẹyin ki o si pa ẹnu nyin mọ́.

E Je ki Agbadura

KOKO ADURA

1. Baba mi, mo dupẹ lọwọ rẹ fun awon ẹri ti mo ti ri gba ri ni orukọ Jesu.

2. Baba mi, mo dupe lowo re nitori iwo yoo mu gbogbo ileri re se la aye mi ni oruko Jesu.

3. Gbogbo agbara to n di ileri Olorun lowo ninu aye mi, ki lo n duro se, lana sonu ni oruko Jesu.

4. Gbogbo ileri Olorun eyiti ko ti wa si imuse ninu aiye mi, mo pase pe ki o wa si imuse ni oruko Jesu.

5 Baba mi o, lati oni lo mo bere si ni rin ninu ileri Olorun fun aye mi.

6. Eyin owo okunkun, ti n gba ileri Olorun lowo mi, e gbe sonu ni oruko Jesu.

7. Baba mi o, je ki gbogbo ileri Re fun ilera mi a bo si oju ise ni oruko Jesu.

8. Baba mi, Je ki gbogbo ileri Olorun fun awon omo mi bo si oju ise ni oruko Jesu.

9. Baba mi, lori aye mi ati idile mi a o mu gbogbo ileri Olorun se ni oruko Jesu.

10. Awon agbara ti o da eri duro ko ni da eri mi duro loruko Jesu.

11. Emi (daruko re) y'o ma gbadun Olorun ni kikun ni gbogbo ojo aye mi ni oruko Jesu.

12. Gbogbo agbara to n da eri mi duro, mo pase pe ki e ku sonu ni oruko Jesu.

13. Baba mi o, je ki asiko ifihan mi de loruko Jesu.

14. Oluwa, lati oni lo, emi kì yio sọrọ ẹri atijọ mọ́, bikoṣe ti ẹri titun ni orukọ Jesu.

15 Dupe lowo Olorun fun idahun adura

Ojo Kerin

EMI KI YOO SISE LASAN

—— Gẹnẹsisi 26:17-22, Luku 5:1-11 ——

Emi Ki Yoo Sise Lasan

IJEWO: Wọn kì yio ṣiṣẹ lasan, bẹ̃ni nwọn kì yio bimọ fun wahala; nitoriti nwọn jẹ iru-ọmọ ẹni ibukún Oluwa, ati iru-ọmọ wọn pẹlu wọn. Isiah 65:23.

ORO IYANJU FUN ADURA

Ki ise ifẹ Ọlọrun fun awa Ọmọ Rẹ lati se laala lasan. O nfẹ nigbagbogbo lati bukun iṣẹ ọwọ wa. Eyi tumọ si pe ohunkohun ti a ba da ọwọ wa le yoo yori si rere.

Awọn agbara, Emi ati awọn eniyan kan nbe, ti inu won ko dun si lati ri ilọsiwaju awọn ọmọ Ọlọrun, ohun ti wọn fẹ ni ibanujẹ awọn ọmọ Ọlọrun. ni kete ti wọn ba woye pe o n ṣe daradara ninu iṣẹ rẹ, iṣowo ati ninu gbogbo adawole rẹ, wọn a bẹrẹ si ni gbero isubu rẹ, Mo paṣẹ loni ni oruko Jesu gbogbo eto ọta lori aye rẹ yoo di asan ni orukọ Jesu. Amin.

Nínú Gẹnẹsísì 26:17-22 , a rí bí àwọn awon omo odo Ísáakì ṣe gbẹ́ kànga tí àwọn Fílístínì sì bo àwọn kànga náà nítorí pé àṣeyọrí rẹ̀ (Isaaki) nderu ba wọn, Pelu gbogbo agbara won láti fi lala rẹ̀ ṣòfò, Isaaki ń gbẹ́ kànga tuntun títí o fi dé àyè kan tí a kò lè dá a dúró mo, ó sì pe orúkọ ibẹ̀ ní Réhóbótì. Awọn ẹkọ diẹ wa ninu igbe aye Isaaki ati awọn ọkunrin rẹ ti mo fẹ ki a kọ:
1. Ipò ki Ipo ti o ba ba ara rẹ, ma se rẹ̀wẹ̀sì.
2. Bi aseyori rẹ ba se pọ si, bẹni Idojukọ awọn ọta rẹ yio pọ, nitori idi yi o ko gbọdọ rẹwẹsi ninu aseyọri kansoso
3. Awọn Igbamiran wa ti eniyan le ni isoro loju ọna ati laluyọ, a ko ni lati beru, a ni lati tesiwaju
4. Itan nbe fun ogo.
5. Ènìyàn tí ó ní atìlẹ́yìn Ọlọ́run kì í kùnà, beni kì í ṣe làálàá lásán

Emi Ki Yoo Sise Lasan

Pẹ̀lú gbogbo agbara ọta láti dá Isaaki dúró, ó borí, Ọlọ́run sì mú un wá sí ilẹ̀ isinmi rẹ̀. Mo pase nipa tire wipe, ọjọ inira re ti pari loni loruko Jesu.

Ninu Iwe Luku 5:1-11 Peteru ro pe oun ti ṣiṣẹ ni gbogbo oru lasan, ṣugbọn ni iṣeju ti o kẹhin, o koo akopọ eja. O le ti ni iriri awọn akoko kan ninu igbesi aye rẹ ni awọn ọdun ti o ti kọja ti o jẹ ki o dabi pe ko si ohun rere ti o le jade ninu aye rẹ, iṣẹ, ati ninu iṣowo rẹ, e je ki a gbadura Mo mo Olorun alaanu, ti ki nje ki awon omo Re sise lasan.

E je Ki a gbadura

KOKO ADURA

1. Baba mi, mo dupẹ lọwọ rẹ fun ohun ti o ṣeto lati lo adura yii fun ninu aye mi ni orukọ Jesu.

2. Gbogbo agbara to ba fe ki nsise laisi aseyori nkankan lati fihan, ẹ sofo danu nipa ina ni oruko Jesu.

3. Gbogbo agbara ti n ba akoko ikore mi ja ijakadi, ẹ segbẹ danu ni oruko Jesu.

4. Baba mi o! bukun isẹ ọwọ mi ni oruko Jesu.

5. Baba mi o! Dide ninu anu Re ki o si de gbogbo ise owo mi ni ade aseyori

6. Gbogbo agbara ti a yan lati fi ohun ini mi sofo, mo fi yin sofo danu ni oruko Jesu.

7. Gbogbo agbara ti a yan lati fi igbiyanju mi sofo, e segbe danu ni oruko Jesu

8. Ni ọdun 2024 yii, Emi (da orukọ rẹ) kii yoo ṣiṣẹ lasan ni orukọ Jesu.

9. Gbogbo ajaga aale ti a pa le aye mi, ẹ fodanu ni orukọ Jesu.

10. Ninu odun yi, emi ki yoo ni akosile adanu kankan ninu gbogbo awon igbiyanju mi ni oruko Jesu.

11. Ninu ọdun yi, Emi yoo ni iriri ọpọ yanturu ni orukọ Jesu.

12. Gbogbo agbara ti n sọ pe Emi kii yoo ni ohun didara lati fihan fun Iṣẹ mi ni ọdun yii, e segbe danu ni orukọ Jesu.

13. Emi ki yoo ni iriri inira ninu gbogbo igbiyanju mi ni ọdun yii ni orukọ Jesu.

14. Opa onjẹ mi ki yoo sẹ ninu odun yi ni oruko Jesu.

15. Dupẹ lọwọ Ọlọrun fun idahun awọn adura rẹ.

Ojo Karun

OLURANLOWO AYANMO MI FARAHAN NIPA INA

Mark 2 v 1 – 12, John 5:1-17

IJEWO: Èmi yóò gbé ojú mi sórí òkè wọ̀n-ọn-nì— níbo ni ìrànlọ́wọ́ mi yóò ti wá. Ìrànlọ́wọ́ mi tí ọwọ́ Olúwa wá Ẹni tí ó dá ọ̀run òun ayé.. (Psalms 121 v 1- 2)

ORO IYANJU FUN ADURA

Olùrànlọ́wọ́ àyànmọ́ jẹ́ ẹnìkan tí a so mọ́ àyànmọ́ rẹ lati orun wa. Iru eni bee yio ràn ọ lọ́wọ́ láti ṣe àṣeyọrí ati lati je eniti Olorun fe Ki o je laye.

Olorun ni eto ati ilana fun igbesi aiye wa ati wipe awon ibi giga kan wa ti a ko ni le de laye ayafi bi Oluwa ba mu o se alabapade oluranlowo ayanmo re. Ko ni fi se bi o se kekoo to tabi bi o se ni imo to: O nílò àwọn olùrànlọ́wọ́ àyànmọ́ láti dìde.

Kò sí ẹni tí ó dìde fúnra rẹ̀ nípa agbára rẹ̀. A nílò ìrànlọ́wọ́ nínu irin ajo aye wa. Ọlọ́run nìkan ni orísun ìrànlọ́wọ́ wa. Òun nìkan ni ó lè ran eda lọ́wọ́. Bi o tile je wipe, Olorun koni sokale lati ran wa lowo, sugbon oun a maa fi okan enia lati jise iranlowo ni awon ipele aye wa.

Ni opo igba ni a ki saba wo ona fun oluranlowo ayanmo ayafi igbati a bani idojuko, isoro tabi ipenija, bi otile je wipe ninu eto olorun fun wa,Olorun ti yan awon oluranlowo ayanmo to le ran wa lowo ninu irin ajo wa.

IDI PATAKI FUN OLURANLOWO AYANMO
1. Oluranlowo ayanmo a maa fani lowo soke.
2. Won a maa mu irin ajo eda ya.

3. Won a maa bu iyi kun aye enia.
4. Won a maa ran ni lowo lati bori isoro ja.
5. Won a ma ran ise iranse, ise ati ebi wa lowo.
6. Won a maa lo gbajumo won lati silekun anfani rere.
7. Won a maa gbani ni iyanju nipa ti Olorun.
8. Won a maa gbani lowo inira ati ijakule nipa iriri ti awon na ti la koja.
9. Olorun paapa a maa lo Oluranlowo ayanmo gegebi ohun elo lati fi ipinu re han lori aye enia.

Apeere Oluranlowo ayanmo ni wonyi : Obi si Omo fun itoju, Oluko si akeeko fun eko, Olusoagutan si omo ijo lati maa tọ ọ sona nipa ilana Olorun, enikan si enikeji re fun iranlowo nigbati o ni lo rẹ.

Iwe Johannu 5:1-17 so nipa itan arakunrin kan ti o wani eti adagun Betesda fun odun mejidinlogoji laisi Oluranlowo(O wa ninu opolopo iponju ni akoko naa) . Sugbon, , ninu iwe Maku 2:1-2 a so itan nipa okunrin kan ti o nse aisan eyiti awon awon Okunrin merin yii ka lati ran lowo. Won sa ipa won lati mu okunrin alaisan yi de odo Jesu bi otile jewipe won la arin ogunlogo enia koja. Won gun ori orule won si gbe okunrin alaisan naa sokale lati ibe siwaju Jesu.

Ní kété tí olùrànlọ́wọ́ àyànmọ́ rẹ bá rántí rẹ tí ó sì ṣe ìrànlọ́wọ́ fun o ìrànlọ́wọ́ yẹn, wà á bẹ̀rẹ̀ sí ní gbádùn Ọlọ́run ní ono ara tuntun eyi ti o kọjá òye rẹ wà á sì gbé ìgbé ayé ìrọ̀rùn àti ìtùnú.

Ní kété tí o bá ti pàdánù àwọn olùrànlọ́wọ́ àyànmọ́ rẹ lórí ilẹ̀ ayé, yóò gba oore-ọ̀fẹ́ Ọlọ́run nìkan láti ṣe àṣeyọrí. Ìdí nìyẹn tí o fi gbọ́dọ̀ ṣọ́ra nínú ìwà rẹ. Ìwà àìtọ́ sí àwọn olùrànlọ́wọ́ àyànmọ́ rẹ lè lé wọn kúrò lọ́dọ̀ rẹ. Títí di àsìkò yìí, Ọlọ́run sì ń rán àwọn olùrànlọ́wọ́ àyànmọ́ sí ayé ṣùgbọ́n nítorí àìmọ̀kan, opolopo onigbagbo ti le won sonu.

Loni a n gbadura fun Oluranlowo ayanmo.

Oluranlowo Ayanmo Mi Farahan Nipa Ina

KOKO ADURA

1. Bàbá mi o, mo dúpẹ́ lọ́wọ́ re fún ero rere sí mi.

2. Baba mi o, Mo dupẹ lọwọ rẹ fun awọn oluranlọwọ ti o ti ṣeto fun mi.

3. Baba mi o, gbogbo eniyan ti o ti gbekale fun mi lati mu irin ajo aye mi rorun, jẹ ki wọn farahan nipa ina ni orukọ Jesu.

4. Ọlọrun o, dide ki o si so mi pọ pẹlu awọn oluranlọwọ ayanmọ mi ni orukọ Jesu.

5. Mo ba o wi gbogbo agbara to nle oluranlowo ayanmo kuro lodo mi, e segbe ni Orukọ Jesu.

6. Gbogbo agbara ti ko je ki oluranlowo ayanmi wa mi ri, e wo inu ide loruko Jesu.

7. Eyin agbara to fe so awọn oluranlọwọ di ọta mi e segbe sonu ni orukọ Jesu.

8. Gbogbo odi satani ti o duro laarin emi ati awọn oluranlọwọ mi, ya lule ni orukọ Jesu.

9. Ọlọrun dide ki o jẹ ki aanu rẹ sọrọ fun mi niwaju awọn oluranlọwọ mi ni orukọ Jesu.

10. Mo kọ lati wa ni ipo ti ko tọ nigbati awọn oluranlọwọ mi n wa mi ni orukọ Jesu.

11. Awọn oluranlọwọ ti kii yoo rẹ lati ṣe iranlọwọ fun mi jeki won wa mi ri ni orukọ Jesu.

12. Baba mi o, oluranlowo mi to ti nre, Oluwa paaro re pẹlu oluranlowo miran ti o dara julọ ni orukọ Jesu.

13. Dupe lọ́wọ́ Ọlọ́run fún ìdáhùn àdúrà

Oluranlowo Ayanmo Mi Farahan Nipa Ina

Ojo Kefa

OLUWA JE KI OWO RERE RE WA LARA MI

Nehemiah 2:4-8

IJEWO: "…….Oba si fun mi gege bi owo rere Olorun mi lara mi." Nehemiah 2:8

ORO IYANJU FUN ADURA
Ni opolopo igba ni a ma ro pe wipe ohun ti a ni ati oun ti a jẹ sẹlẹ nipa ise ọwọ wa, ṣugbọn o han gbangba pé "Bí ko se pe Olúwa bá kọ́ ilé náà, àwọn tí ń kọ́ ọ ń ṣiṣe lásán (Orin Dafidi 127:1).

Ọlọrun fun Nehemiah ni anfaani lati pada si Jerusalemu, lati kó odi ti o yalule, Bó tilẹ̀ jẹ́ pé awon alàtakò wà, Owo rere Ọlọ́run ran lowo lati tun odi na mọ.

Bi a ti ngbadura loni ọwọ rere Oluwa yi o ba le wa ni oruko Jesu. ẹnikan nbe ti o n ka iwe yii, ọwọ rere Oluwa yoo ba le ọ, Oluwa yoo si fi ibeere re fun o ni orukọ Jesu. (Amin)
Nehemiah wọlé síwájú ọba láti béèrè fún àṣẹ kí o le lọ tún odi Jerúsálẹ́mù mọ́., o fi ipò rẹ̀ sílẹ̀ gẹ́gẹ́ bí agbọ́tí ọba. Opolopo idojuko ati awon ohun airotele ni ofarahan ṣùgbọ́n Nehemiah 2:8 sọ fun wa wipe ni òpin gbogbo re ***"Oba si fun mi gege bi owo rere Olorun mi lara mi"***

Olorun ni olupilẹṣẹ ati olufunni ni ohun rere gbogbo. Ẹ jẹ kí a sakiyèsí ohun tí Nehemiah kò sọ. Nehemiah Kò sọ pé, "Ọba fún mi ní ohun tí mo béèrè nitori pe mo jẹ ọlọgbọn ni ọna ti mo gba beere." Tabi, "Ọba fun mi ni ohun ti mo beere nitori gbogbo iṣẹ ńlá tí mo ṣe gẹ́gẹ́ bí agbọ́tí wú u lórí gan-an, ó sì fọkàn tán mi." Tabi, "Ọba fun mi ni ohun ti mo beere nitori…". Ṣùgbọ́n ó sọ wipé ọba fún mi "Nítorí ọwọ́ rere Ọlọ́run mi wà lára mi." O fi gbogbo ogo fun Ọlọrun.

Nehemiah mọ ohun ti o ye ki gbogbo eniyan mọ, wipe ohun rere gbogbo ti eniyan npoungbe fun nbe lọwọ Ọlọrun A ko le da ohun rere se lai si owo rere Olorun. olufunni, ti ohun gbogbo ti o dara.

1. 1 Kọ́ríńtì 4:7 - Nítorí ta ni ó mú ọ yàtọ̀? Kin ni iwọ si ni ti iwọ ko ti gba? Njẹ bi iwọ ba ti gbà a, ēeha ti ṣe ti iwọ fi nhale, bi eni pe iwọ kò gbà a?

Níbiyi, Paulù ń bá ará Kọ́ríńtì kan ti o kun fun igberaga sọrọ, boya nitori idi kan, boya nitori imọ tabi agbara rẹ, o nro wipe oun ga ju awon onigbagbo ẹlẹgbẹ rẹ toku lọ.

1. Nítorí idi eyi, Paulù béèrè nípa ìmọ̀ àti agbára rẹ̀ àti gbogbo ohun tó ní pé: "Kí ni iwọ ní tì iwo ko gba?"Idahun si ibere yi ni, "ko si."

Ohun gbogbo ti iranse yi ni, yala imo tabi agbara ni Ọlọrun ti fi fun u. Ninu iṣogo re, kò hùwà ní ìbámu pẹlú òtítọ́ Ọ̀rọ̀ Ọlọ́run. Dipo ki o rẹ ara silẹ.

E Je Ki a gbadura

KOKO ADURA
1. Baba mi o, Mo dupe lowo re fun ohun gbogbo ti o fi fun mi: Ebun iye, Igbala, alafia, owo. ile, iyawo, ọmọ, iwe Igbe Ilu, ilera, ati be be lo.

2. Baba mi o, mo dupe lowo re, nitori Ohun gbogbo ti mo ni loni yi nipa ore-ofe Re ni.

3. Ní ọ̀nàkọnà, ti mo gba ṣe ìgbéraga sí ọ tabi si àwọn ẹlẹgbẹ́ mi nítorí ẹ̀bùn ti o fi fun mi Oluwa Jọwọ dariji mi.

4. Baba mi o, ranmilọwọ lati rẹ ara mi silẹ ki owo rere rẹle wa lara mi ni oruko Jesu.

5. Nipa owo rere Re Oluwa, mu mi po si ninu ohun rere gbogbo ati ninu alafia ati ere ninu ise owo mi.

6. Baba mi o, nipa owo rere re, fun mi ni oore-ofe lati ni ibasepo to dan moran pelu re ni oruko Jesu.

7. Nipa owo rere rẹ lara mi, mo gba oore-ọ̀fẹ́ láti jẹ́ ohun tí O fẹ́ kí n jẹ́ àti láti ṣe ohun gbogbo tí O fe kí n ṣe ni orukọ Jesu.

8. Nipa owo rere re Oluwa, mo gba okan ti o ye koro, mo gba ogbon ati ohun gbogbo ti yoo ma mu mi tayo elegbe mi ni oruko Jesu.

9. Baba mi o, je ki owo rere re ma ba mi lo ibi gbogbo oruko Jesu.

10. Baba mi, je ki owo rere Re gbe mi jade fun igbega ninu odun yi ni oruko Jesu.

11. Baba mi o!, je ki n gba igbega ati igbedide ninu gbogbo adawole mi loruko Jesu.

12. Baba mi o, fun mi ni aseyori ni gbogbo ona mi ni oruko Jesu.

13. Baba mi, fun mi ni idari atorunwa lati rin ni ona ti o fe mi ki nrin ni oruko Jesu.

14. Dupe lowo Olorun fun idahun adura re ni oruko Jesu.

Ojo Keje

OLUWA MU AYO MI KUN

Jòhánnù 15:11; Nehemiah 8:10; Isaiah 51:11

IJEWO: Nitorina, awọn ẹni-irapada Oluwa yio pada, nwọn o si wa si Sioni ti awon ti orin; ayọ̀ ainipẹkun yio si wà li ori wọn: nwọn o ri inudidun ati ayọ̀ gbà; ìkanu àti ọ'fọ̀ yiò fo lọ.(Isaiah 51:11)

ORO IYANJU FUN ADURA
Lootọ, eniyan ko le la aye yi kọja lai koju awọn akoko ìṣòro, ati pe awọn akoko ìṣòro wọnyi yoo fe lati lé ayọ ati idunnu wa jinna. Ninu awọn aiye lile ati laaarin gbogbo rudurudu naa, a le kọ ifarada lati tẹsiwaju sii.

Ayọ otitọ ko da lori ipo ti awa, lati ọdọ Oluwa ni.

Ayo je ohun ti a yan. Kii ṣe ohun ti a kan le lo agbara fun, tabi gbiyanju lati fi iro, aifajuro, dibọn pe ohun gbogbo dara sugbon nigba ti a ba n tiraka lati lu aluyo. O ju gbogbo nkan wonyii lo. O jẹ ojulowo, ogidi, ati alagbara. Bíbélì so kedere pé a ní láti "yàn" láti ní ayọ̀ ní àwọn àkókò ìṣòro. Ó rán wa létí pé "ayọ̀ Olúwa ni agbára wa." (Nehemiah 8:10).

Ti a ba nilo okun si, ayọ Rẹ ninu wa yoo ran wa lọwọ lati rin ni igbẹkẹle ati otitọ, lai ni idaduro ni iberu tabi idaamu. Olótìítọ́ ni Olúwa láti ràn wá lọ́wọ́ àti pé àwọn ohun tí ó tóbi púpọ̀ ṣì wà níwájú. O fun wa ni agbara lati gbe ninu agbara. Ó ń fúnni ní ọgbọ́n àti imo láti yan eyi tí ó tọ́. Ó gbin ayọ̀ sínú ọkàn wa. O funni ni idaniloju, pe ohunkohun ti a ba koju, Oun wa pẹlu wa. Maṣe jẹ ki ọta ji ayọ rẹ nipa gbigbọ irọ rẹ. Koja lori awọn panpe rẹ, fojusi otitọ ti ọrọ Ọlọrun. Ọlọrun fẹ́ kí a wà láàyè ní òmìnira, kí a kún fún Ẹ̀mí Alagbara Rẹ̀, ki a si rin koja lórí gbogbo ìdènà ọ̀tá.

KOKO ADURA:

1. Baba mi o, mo dupe nitori iwo yio mu oro re se ninu aye mi loni loruko Jesu.

2. Baba mi o, mo dupe lowo re nitori iwo yoo fun mi ni eri ti yoo mu ayo mi kun ninu aawe ati adura olojo mokanlelogun ti o n lo lowo ni oruko Jesu.

3. Baba mi, Eleda mi, pa gbogbo akosile ese ti o dina ayo sinu aye mi ni oruko Jesu.

4. Olorun dide, ki o si fo gbogbo majemu ofo ati ibanuje ninu idile mi ni oruko Jesu.

5. Baba mi o, mo pa gbogbo agbara ti o di eri ayo mi lowo run nipa ina loruko Jesu.

6. Baba mi o, mo pa gbogbo agbara ile baba mi ti o ti se ileri lati ba ayo mi je run ni odun yi loruko Jesu.

7. Baba mi o, mo pa gbogbo agbara ile iya mi ti o ti se ileri lati ba ayo mi je ni odun yi loruko Jesu.

8. Baba mi, ẹlẹda mi, fun mi ni awọn aṣeyọri ati awọn ẹri ti yoo jẹ ki ayọ mi kun ninu ãwẹ ati adura olọjọ mokanlelogun ti nlọ lọwọ ni orukọ Jesu.

9. Oluwa, nitori mo gbekele ọ pe iwo nikan lo le se, wa fi ayo kun okan mi loruko Jesu.

10. Baba mi, je ki ohun gbogbo ti n fa omije ikọkọ di eri gbangba fun mi ni oruko Jesu.

11. Baba mi, pase ayo ayeraye re si ori mi ni oruko Jesu.

14. Baba mi, fi ayo ati isegun ayeraye te idile mi lorun ni oruko Jesu.

15 Dupe lowo Olorun fun idahun adura

Ojo Kejo

ỌLỌRUN IYANU

IJEWO: Iwọ ni Alagbara ti n se isẹ Iyanu: Iwọ ni o ti fi ipa re han ninu awọn eniyan. Orin Dafidi 77:14

ORO IYANJU FUN ADURA
Ọkan ninu awọn orukọ Ọlọrun bi a ti akọsilẹ ninu iwe-mimọ ni Ọlọrun iyanu, O ṣe ọpọlọpọ awọn ise iyanu nipa ti isẹda, awọn eniyan ati gbogbo ẹda alãye ti Olorun da njẹ ẹri nla pe Ọlọrun wa jẹ Ọlọrun iyanu.

Iyanu jẹ iṣẹlẹ nla ti o koja oye omo eniyan, ọpọlọpọ awọn iṣẹlẹ iyalẹnu ni bẹ ti awọn eniyan ko le ṣalaye titi di oni yi. Awọn onimo ijinlẹ sayensi ti gbiyanju lati ṣalaye diẹ ninu awọn ohun ijinlẹ nipa gbogbo Agbaye, ṣugbọn gbogbo awọn imọ-jinlẹ ati iwadi won jẹ eyi ti o ntase ti ko si pee.

Orin Dafidi 77:14 ninu ijẹwọ wa loni, kede Ọlọrun bi ẹni ti o ṣe iyanu, gẹgẹ bi O ti ṣe ọpọlọpọ awọn ise iyanu ni aye igbani, be ni o nse titi di ojo oni.
Ko si ẹnikan ti o le so aditu ohun ti Olohun fi gbe oju ofurufu duro ti ko si ja lu ile aiye. Eleyi jẹ ọkan ninu awọn ise iyanu Ọlọrun (iṣẹlẹ kayefi ti o koja oye omo eniyan ni).

Ninu Orin Dafidi 72:18, Bibeli wi pe **"Olubukun ni Oluwa Ọlọrun, Ọlọrun Israeli, ẹnikan soso ti n se ohun iyanu."** Oro Olorun yi fun wa ni idaniloju pe Olorun wa Je Onise Iyanu. Yoo sise Iyanu ninu aye rẹ loni ni orukọ Jesu.

E Jẹ ki a gbe awọn apẹẹrẹ diẹ yẹwo nipa awọn iyanu Rẹ ninu iwe-mimọ;

- **Ṣiṣẹda ọrun, ile aye, ati gbogbo ohun alãye:** ni Genesisi 1, a rii bi Ọlọrun ṣe ṣẹda gbogbo agbaye ni ọjọ larin ojo mefa, ti o si sinmi ni ọjọ keje, Ọlọrun nla ati alagbara ti a sin. O ṣe afihan awọn iyanu Rẹ nipa pipe awọn nkan jade sinu aye ati atipe o tun ṣẹda eniyan lati inu erupẹ ti o si mi emi iye sinu rẹ.

- **Iloyun Sara ni ọdọrun odun (Genesisi 21: 1-6):** obirin ti o dagba ti o ti kọja ọjọ-ori ti ọmọ bibi ni a fun ni agbara lati bi ọmọ ni ọjọ ogbó rẹ, o ti so ireti nu o si ti gba kamu wipe oun ko le bimo mo, ṣugbọn Ọlọrun iyanu ti ki npẹ de, ṣabẹwo si o si mu rẹrin. Emi o mọ iru ipo ti o wa ni akoko yii, ṣugbọn Mo gbọ Oluwa sọ wipe, "Ko ṣee ṣe ninu aye re yio di ṣiṣe ninu ọdun yii ati ninu awon odun ti nbo ni orukọ Jesu ""

- **Pipin Okun Pupa ni ya (Eksodu 14):** Iṣẹlẹ pipin Okun Pupa jẹ ọkan ninu awọn iṣẹgun ti o yani lenu julọ ti Ọlọrun fun awọn ọmọ rẹ. Laisa ipa kankan lati ba awọn ọta wọn ja, Olorun mu gbogbo awon ota wọn ri si inu okun pupa. Awọn ọmọ Israeli rin ni ilẹ gbigbẹ nigbati awọn ọta wọn awọn ara Egipti rì sinu Okun Pupa. Awọn ọmọ Israeli wa ni aibalẹ okan ati pe won kun fun iberu nigbati won ri ogun Farao nlepa wọn, ṣugbọn ni akoko ti Ọlọrun Iyanu da si ọrọ na, wọn kọrin orin tuntun ni Eksodu 15. Ọlọrun fi ara Rẹ han bi Ologun si wọn. O gba ogun naa o si fun wọn ni iṣẹgun. Ninu ãwẹ ati adura majẹmu ti ọdun yii, Ọlọrun Olodumare yoo fun ọ ni iṣẹgun lori awọn ogun igba pipẹ ni orukọ Jesu.

- **Ibi ti Jesu Kristi (Matteu 1: 18-25):** Eyi ni iṣẹlẹ iyanu miiran ti o akosilẹ ninu Bibeli, wundia kan ti ko mọ okunrin loyun lati owo Ẹmi Mimọ wa o si bi omo okunrin, eleyi jẹ iṣẹlẹ iyalẹnu pe ko si eniyan ti o le ṣalaye bi o ti ṣẹlẹ loni. nipasẹ Iṣẹlẹ yii ni Ọlọrun mu igbala wa fun ọmọ eniyan.

- Bibo awon Egbeedogbon eniyan pelu akara marun ati eja meji (Matteu 14: 13-21): Bibo awon egbeedogbon eniyan je iyalenu nla miiran ti Olorun. Bi awon ijo eniyan ti wa pelu Jesu ti won si ngbo oro re, ati lehinna ebi n pa won. Pelu akara marun ati eja meji, gbogbo won je ajeyo ati ajeseku tobe ti agbon mejila fi seku.

Ninu awon iyanu Olorun, a rii pe ko seese di ohun ti o seese. Mo pase nipa tire pe ni odun yii, iwo yoo ni iriri awon iyanu aikaniye ni oruko Jesu.

E Je ki a gbadura

AWON KOKO ADURA
1. Dupe lowo Olorun fun ohun ti O seto lati se ninu aye re loni ni oruko Jesu.

2. Dupe Lowo Olorun nitori Oun ni onise ara ati iyanu, yoo se iyanu laye re ninu adura yi ni oruko Jesu.

3. Baba mi o, dide ninu agbara re ki o se iyanu ti o soro gbagbo ninu aye mi ni oruko Olorun.

4. Olorun iyanu o, da si oro mi loni ni oruko Jesu.

5. Olorun Iyanu o, sabewo si idile pelu awon iyanu ni odun yii ni oruko Jesu.

6. Oluwa Olorun iyanu o, bemiwo nibiti mo ti se alaini ni oruko Jesu.

7. Baba mi o, fun mi ni eri ti yoo fi opin si irora mi ni oruko Jesu.

8. Ninu āwe ati adura majemu yii, Mo gba awon iyanu ti ko lon

nka ni oruko Jesu.

9. Olorun iyanu, la ona fun mi nibiti ko si ona ni oruko Jesu.

10. Mo wo inu aseyori ti ko wopo loni nipase aanu Olorun ni oruko Jesu.

11. Oluwa Olorun iyanu, je ki awon ohun Iyanu so jade lati inu aye mi ni oruko Jesu.

12. Lati oni lo, mo ni anito ati aniseku ni oruko Jesu.

13. Ni odun yii, Emi ati ebi mi, A o rii Olorun Iyanu ni oju ise ni gbogbo ona ojo aye wa ni oruko Jesu.

14. Emi (Da oruko re) wo inu awon akoko iyanu ti ko ni idiwon lo ni oruko Jesu.

15. Dupe lowo Olorun fun idahun awon adura re.

Ojo Kesan

OLUWA GBA OGUN MI JA

— *Ẹksódù 14:14; Orin Dafidi 68:1* —

IJEWO: Nitori ti OLUWA yoo jà fun nyin, ki ẹnyin ki o si pa ẹnu yin mọ́. Ẹ́kísódù 14:14.

ORO IYANJU FUN ADURA

Lópọ̀ ìgbà, àwa èèyàn máa ń dààmú nígbà tí wahala ile aye ba de sí wa. Ọ̀pọ̀ èèyàn ló ń wá onírúurú ọ̀nà láti borí àwọn ìdamu yí, sugbon ni igbeyin wọ́n máa ń ba ara won ninu ohun ti ko tọ. Ogun aye le wa ni orisirisi ọna. Ó lè jẹ́ ogun níbi iṣẹ́, tabi ogun ti ìdílé, tabi ogun ti ìgbéyàwó tabi ogun ti ẹ̀mí tí a kò lè fi ohun ìjà ti ara lásán jà.

2 Kọ́ríntì 10:4 *"nitorin ohun ija wa ki i se ti ara, sugbon o ni agbara ninu Olorun lati wo ibi giga pale".* Ko si iru ogun ti a le maja, mo fe ki a mo wipe Olorun wa lagbara o si n fe lati ja ogun yi fun wa, ki o si fun wa ni isegun. A ni lati jowo ogun na fun u ki oluwa le ja ogun na fun wa.

Ọlọ́run Èlíjàh tí ó rọ̀jọ̀ iná sórí àwọn ọtá rẹ̀ (Èlíjà) yóò dìde yóò sì gba ija re ja yoo si fun o ní iṣẹ́gun ni oruko Jesu (Amin). Bi Olorun ko ba ja fun eniyan, eniyan yoo kan ma lakaka lai si aseyori. Nigbati a ko le da ogun aye wa ja, a gbodo fi ogun na fun Olorun ja, ki o le fun wa ni isegun. Eniyan o gbodo ni Alagbara ni Ogun (Olorun) ni oju ise ki o tun ma lakaka ni oju ogun, Ọlọ́run wan be ni oju ise, o si ti setan lati ja fun wa.

E je Ki a Gbadura

AWON KOKO ADURA

1. Baba mi o, mo dupẹ lọwọ rẹ nitori pe iwọ yoo gba ogun mi ja o si fun mi ni isẹgun ni gbogbo ona ni orukọ Jesu.

2. Oluwa, gbogbo ẹsẹ ti o n pe fun ẹsan lori aye mi, dariji mi ni orukọ Jesu.

3. Baba mi o, dide ki o si ba mi ja ogun mi ti o lagbara ju mi lo, ni oruko Jesu.

4. Gbogbo ogun igba pipẹ ninu aye mi, e yago fun Iyanu tuntun lati farahan, ni orukọ Jesu.

5. Gbogbo ogun ajeji ni ikorita aṣeyori mi, e lana sonu, ni orukọ Jesu.

6. Gbogbo ohun ija ti ota nlo lodi si mi, yi pada ki o si koju ija si ota, ni oruko Jesu.

7. Gbogbo ohun ti n paṣẹ fun mi lati gbe ẹru ogun ile baba mi, e dake, ni orukọ Jesu.

8. Gbogbo idena ti ati idiwo si aṣeyori mi, e lana sonu ni orukọ Jesu.

9. Gbogbo irugbin ika ti a gbin si igba ewe mi, Ina Ẹmi Mimọ; pa won run ni oruko Jesu!

10. Gbogbo egún 'iwọ ko gbọdọ tayọ', ti n ṣiṣẹ ninu idile mi, e fọ nipa ina, ni orukọ Jesu.

11. Ogun aye ti o kọ lati jẹ ki lọ, Mo paṣẹ, e segbe danu, ni orukọ Jesu.

12. Awọn agbara, ti a yàn lati lé mi jade kuro ni ilẹ ileri mi, e ku sonu, ni orukọ Jesu.

13. Gbogbo agbara ti o nde ayanmo mi mọ iboji, Iro le pa; ku sonu ni oruko Jesu.

14. Gbogbo agbara ile baba ati iya mi ti n fun ogun aye mi lagbara, e ku nipa ina ni orukọ Jesu.

15. Dupẹ lọwọ Ọlọrun fun idahun adura rẹ ni oruko Jesu.

Ojo Kewa

OLUWA GBA MI LOWO OTA OLORI KUNKUN

Ẹstẹ́rì 3 v 8-15

IJEWO: Sa kiye si i, awọn eniyan buburu ti fa ọrun wọn le, wọn ti fi ofa sun ni oju osan, ki wọn ki o le ta olokan diduro ninu okunkun (Orin Dafidi 11:2).

ORO IYANJU FUN ADURA

Ọta jẹ ẹnikan ti ko fẹ ki o ṣaṣeyọri ni igbesi aye re. Otá je Olori kunkun nígbà tí o bá tẹ síwájú láti ṣe ibi tabi wu iwa ika láiwò èyìn. Satani jẹ ọta alagidi tabi Olori kunkun. Ki fe jowo ẹnikẹni ti o wa ninu ìgbèkùn rẹ sílẹ. Ó ṣe tán láti ṣe ohunkóhun tó bá lágbára láti rí i pé àwọn òǹdè òun ṣi wà ninu ìgbèkùn wọn sibẹ. Nigbati o ba nle pa aye eniyan, ki isinmi a fi igbati o ba mu eniyan na ni ìgbèkùn.

Ni aye yii, ko di igbati o ba se oun kan tabi omiran ki o to ni ọta. Awọn ọta wa nibi gbogbo, paapaa laarin ẹbi. O ni ota nitori ayanmo ogo re.

Wọn a gbiyanju lati ri wipe ipinu ati ete wọn se lai wo ohun ti yio na wọn. Gẹgẹ bí a ti rí nínú Iwe Ìṣe Awon Aposteli 23:12, "àwọn Júù kan dimọlu, wọ́n fi ara wọn gégùn-ún pé àwọn kì yóò jẹ tàbí mu títí wọn yóò fi pa Paulù." Bakanná ni àwọn akọ̀wé, àwọn àgbààgbà, àwọn Farisi ati àwọn Olori alufaa péjọ lòdì sí Jesu Kristi Oluwa wa (Matteu 26:3-4). Nigbamiran Iru ọta bayi kii duro lori eniyan kan ninu ebi, sugbon wọn fe lati ma dojuko gbogbo ebi tabi iran tabi awon eya tabi agbegbe.

Ṣùgbọ́n awa ní Ọlọ́run kan, ẹni tí ó ni agbara ati jube lọ lati pa gbogbo awọn ota run, tí ó sì le so ète ati ero wọn di asán. Satani ni ọta akọkọ awọn onigbagbọ.

Loni a o ma gbadura si Olorun lati gba wa lowo awon ota Olori kunkun.

E jeki a gbadura.

AWỌN KOKO ADURA.

1. Oluwa mo dupẹ lọwọ re nitori iwo yoo mu idamu ba awọn ọta mi ni Oruko Jesu.

2. Baba mi o, so awon ota mi di alailagbara lori aye mi loruko Jesu.

3. Baba mi o, gba mi lowo ota mi olorikunkun ni oruko Jesu.

4. Baba mi o, ba gbogbo agbara ti ota mi gbojule je lati fi ogun ja mi ni oruko Jesu.

5. Awon ota awon obi mi ti won ti di ota mi, e ku sonu nipa ina loruko Jesu.

6. Ofa ti a ta si işowo mi ati işẹ ọwọ mi, e ta pada ni oruko Jesu.

7. Mo ta pada, gbogbo ofa ta si ayanmo mi ni oruko Jesu.

8. Gbogbo ota ti o duro si oju ona aluyo mi, Ina run yin sonu ni oruko Jesu.

9. Ofa ibi ti a ta si emi ati idile mi, ta pada ni oruko Jesu.

10. Ota olori kunkun ti o wa ni idi isoro aye mi, ku sonu ni oruko Jesu.

11. Enikeni ti o ba gba gege bi ise lati da aluyo mi duro, ku sonu ni oruko Jesu.

12. Gbogbo ota ti ko fe ronupiwada, ti o gba gege bi ise lati ba aye mi je, iro le pa, e ku sonu ni oruko Jesu.

13. Oluwa so imoran ati oludamoran awon ota mi di asan loruko Jesu.

14. Baba mi o, je ki ete ibi awon ota mi yi pada sori won ni oruko Jesu.

15. Oluwa, mo dupe fun idahun adura mi ni oruko Jesu.

Ojo Kokanla

RANTI MI OLUWA

1 Samuẹli 1:19

IJEWO: Oluwa, fi Ojurere ti iwọ ni si awọn eniyan re se iranti mi: Fi igbala rẹ bẹ mi wò; Orin Dafidi 106:4

ORO IYANJU FUN ADURA

Nigba ti a ba sọ pe ki Ọlọrun ranti wa, ibeere akọkọ ti yoo wa si ọkan wa ni wipe; nje Ọlọrun gbagbe bi? Ìdáhùn náà ni Rárá o, Ọlọ́run kò gbàgbé ẹnikẹni tó dá, ó sọ nínú iwé Isaiah 49:15-16 pé: "Obìnrin ha lè gbàgbé ọmọ ọmú rẹ̀ bi, tí kì yóò fi iyonú ọmọ inú rẹ̀? loõtọ, wọn le gbagbe, ṣugbọn emi kì yio gbagbe rẹ. Kiyesi i, emi ti kọọ si atelewọ́ mi; Àwọn odi rẹ n be níwájú mi nígbà gbogbo

Kini o tumọ si fun Ọlọrun lati ranti eniyan
1. O tumọ si idasi Ọlọrun ninu ọrọ rẹ
2. O tumọ si ibẹwo Ọlọrun. Gẹ́nẹ́sísì 21:1
3. O tumo si idande lowo agbara okunkun
4. O tumo si Idahun adura

Apeere awon ti Olorun ranti
1. Ọlọ́run ránti Nóà (Gẹ́nẹ́sísì 8:1)
2. O ranti Abraham (Genesisi 19:29; Orin Dafidi 105:42).
3. Ọlọrun ranti Sara (Genesisi.21:1).
4. Nigbati Ọlọrun ranti Rakeli O si ninu (Genesisi 30:22-24).
5. Àwọn arákùnrin Jósẹ́fù sọ sínú kòtò. Léyìn náà, wọ́n tà á fún àwọn ará Mídíánì. Láti ibẹ̀, ó bá ara rẹ̀ ní ilé Pọ́tífárì àti léyìn náà nínú ẹ̀wọ̀n. Ninu gbogbo ipọnju wọnyi Ọlọrun ranti rẹ (Genesisi. 37:24; 40:12-15; 41:51,52; 45:5-8).
6. Ọlọ́run ránti Hánnà nígbà tí o gbadura ti ó si jéjẹ́ẹ́ láti fi ọmọ ti Olorun ba fifun oun pada fún Ọlọ́run. (1 Sámúẹ́lì 1:19,29).

7. O ranti Samsoni nigbati o wa ninu ipọnju ti o si kigbe fun iranlọwọ (Awọn Onidajọ 16:28).
8. Ó rántí àwọn ọmọ Ísíréli nínu igbèkùn (Ẹkísódù 2:22-24). Ninu ãwẹ ati adura oni yi, a fẹ kepe Ọlọrun lati ranti wa ni ipo ti wa, ki o si fun wa ni iyanu.

Awon Koko Adura

1. Dupẹ lọwọ Ọlọrun nitori pe yoo ranti rẹ ninu adura ati awe yii

2. Oluwa dide, ranti mi! Ki aiye mi to wọ Igbooro ẹsin lọ ni oruko Jesu

3. Nibiti a ti gbagbe mi si, dide Oluwa ki o si ranti mi fun rere ni oruko Jesu.

4. Oluwa, dide ki o si fi erin kun enu mi ni oruko Jesu Kristi.

5. Oluwa, dide ki o si ranti mi, idile mi, awon omo mi ati ise owo mi ni oruko Jesu.

6. Oluwa fi iyanu rẹ bẹ aye mi wo, ni oruko Jesu.

7. Oluwa Aye mi nfe Idasi atoke wa, E fi anu dasi oro mi ni oruko Jesu Kristi.

8. Oluwa, ranti mi pẹlu isẹ-iyanu, ti yio jẹ ki awọn ọta mi mọ̀ pe emi nsìn Ọlọrun alãye.

9. Mo ba yin wi, gbogbo emi ati igbara ti o mu ki olore gbagbe mi. E segbe so nu ni oruko Jesu.

10. Baba mi o! E si iwe iranti kan emi na ninu Awe ati Adura yi ni orukọ Jesu.

11. Gbogbo agbara ti o duro lodi si iranti mi, e

lana sonu ni oruko ni oruko Jesu Kristi.

12. Gbogbo emi ati eda ti o nso oro ibi nipa mi fun awọn oluranlọwọ ayanmọ mi, mo pe idajọ Ọlọrun sori yin, ni orukọ nla ti Jesu Kristi.

13. Baba mi o! ni akoko iranti mi yi, je ki ore-ofe ati ojurere ki o ma ba rin ni gbogbo ibi ti mo ba nlo ni oruko Jesu Kristi.

14. Gbogbo agbara orun apadi ti o fi mi sinu okunkun aye, mo pase, e lana sonu ni oruko Jesu Kristi.

15. Baba mi o!, je ki iwe iranti mi wa ni sisi sile niwaju re ni gba gbogbo ni oruko nla Jesu Kristi.

16. Dupe lowo Olorun fun Adura Idahun re ni oruko Jesu

Ojo Kejila

OLUWA SO ALAFIA AWON OMO MI DI PUPO

Isaiah 54:13; Orin Dafidi 29:11;
Isaiah 8:18

IJẸWỌ: *A o si ko gbogbo awon omo re lati odo oluwa wa, Alafia awon omo re yio si po (Isaiah 54:13).*

ORO IYANJU FUN ADURA

Ni gbogbo ọjọ kankan a ma nse opolopọ nkan fun awọn ọmọ wa, nipa fifẹ ati bibojuto wọn, itọju, ikọni, ikẹkọ, iranlọwọ, idari, ipese, iwuri, aabo, ati beebee lo. Bi gbogbo awọn nkan wọnyi ti ṣe pataki to, wọn ko to laisi adura fun ọjọ iwaju wọn. Nitorinna, eni yi ni ojo ti ayasoto lati fi gbadura fun awon omo wa.

Ayọ gbogbo obi ni lati ri awọn ọmọ won ninu aṣeyọri. Satani ẹwẹ nwà ona lati ji okan àwọn ọmọ ki o le fi ìbànújẹ́ si okan awon obí. Nítorí náà, gẹ́gẹ́ bí òbí Kristẹni, a kò gbọ́dọ̀ jẹ́ aláìmọ́ kan nípa ogbon arekereke satani. Bakanna, E je ki oye wa wipe kosi iru ẹ̀kọ̀ ti ale fun awon omo wa, a nílò ọgbọ́n àti ìrànlọ́wọ́ Ọlọ́run láti kọ́ wọn ní ìbámu pẹ̀lú ìfẹ́ Ọlọ́run. Isaiah 54:13 wipe "A o si ko awon omo re lati odo oluwa wa, àláàfíà àwọn ọmọ rẹ yóò sì pọ̀"

Awon Ojuse Obi si awon omo nipa ti emi

Yato si ojuse nipa ti ara ti obi ni si awon omo re, obi ni awon ojuse nipa ti emi ti Olorun nreti lowo won, awon wonyi ni ojuse obi nipa ti emi:

1. Obi gbodo fi ona Kristi han awon omo re. Joshua wipe bo se temi ni ati ile mi oluwa ni awa yio ma sin. Joshua 24:15
2. Obi gbodo ma gbadura fun awon omo re, ki o si ma se soro odi si won
3. Obi gbodo mo bi a ti nfi eko oro Olorun ati adura ko awon omo re. Iwe Owe 22:6

Ọ̀pọ̀ iwà ikà ló ń ṣẹlẹ̀ láyé lónìí nítorí pé àwọn òbí kan ti kùnà nínú àwọn ojúṣe wọn nípa ti ẹ̀mí.

Gbígbàdúrà pé kí Ọlọ́run sọ àlàáfíà àwọn ọmọ wa di púpọ̀ jẹ́ ọ̀nà láti fi wọ́n sí ọwọ́ Ọlọ́run fun àkóso aiyé wọn. ero satani ni lati sọ awọn ọmọ ologo di ọmọ ologun ṣugbọn Ọlọrun wa nbe laaye lati gba awon ọmọ la. Ti o ba ni ọmọ ti ko mu inu re dun, agbara Olorun le ra omo na pada, ki omo na si fun o ni alaafia.

E je ki a Gbadura

KOKO ADURA:
1. Baba mi o, mo dupe lowo re nitori Iwo yio dahun adura mi lori awon omo mi loni ni oruko Jesu.

2. Oluwa, Ma ko awon omo mi nigbogbo.

3. Baba mi o, jẹ ki Ẹmi mimọ rẹ ma dari awọn ọmọ mi si ipa ona ododo, ni orukọ Jesu.

4. Baba mi o, mo kede re pe awọn ọmọ mi yoo ni alaafia ati isimi yikakiri, ni orukọ Jesu.

5. Gbogbo ale okunkun ti idile ti o ṣiṣẹ ninu aye awọn ọmọ mi, lana sonu ni orukọ Jesu.

6. Gbogbo egún ti n da alafia ati ogo awon omo mi duro, ẹ fọ danu nipa ina ni orukọ Jesu.

7. Oluwa, jẹ ki gbogbo awọn ọmọ mi mọ o, ki won si mo ohun re, ki won si ma gbọ ohun rẹ fun aabo, itusilẹ ati ipamo lowo ibi ni orukọ Jesu.

8. Baba mi o, jẹ ki awọn ọmọ mi ni ipa rere laye ni orukọ Jesu.

9. Baba mi o, je awon omo mi wa fun ise ami ati işẹ iyanu ni akoko ati iran wọn, ni orukọ Jesu.

10. Mo paṣẹ mo si kede re pe awọn ọmọ mi yio ma pọ si ninu ọgbọn ati ninu titobi agbara re ni orukọ Jesu.

11. Mo pase pe awọn ọmọ mi yio ri ojurere lọdọ eniyan gbogbo bi wọn ti ri ojurere lọdọ Ọlọrun, ni orukọ Jesu.

12. Bàbá mi o, fún àwọn ọmọ mi ní ẹ̀bùn ẹ̀mí; ọgbọn, imọ ati oye ti wọn yio fi dara ni igba mewa ju awọn egbe wọn lọ, ni orukọ Jesu.

13. Baba mi o, pese fun aini awọn ọmọ mi gẹgẹ bi ọrọ rẹ ninu ogo ki won ma se mo aini ati oda owo ni orukọ Jesu.

14. Oluwa, Mo kede ilera, ati agbara Ọlọrun sinu aye awọn ọmọ mi ni orukọ Jesu.

15. Baba mi o, je ki aabo re wa lori awọn ọmọ mi ni gbogbo ona ni orukọ Jesu.

16. Baba mi o, Mo gbadura pe awọn ọmọ mi ko ni kuna nipa igbeyawo won ni orukọ Jesu.

17. Mo gbadura fun ọkọ ati iyawo oniwa-bi-Ọlọrun fun awọn ọmọ mi, ni orukọ Jesu.

18. Baba mi, je ki awon omo mi mu eredi ati ayanmo se ni oruko Jesu.

19. Emi agidi ati iwa ika ninu aye awon omo mi, lana sonu ni oruko Jesu.

20. Oluwa, jẹ ki awọn ọmọ mi fi aye won fun ọ, ki wọn si ma sin ọ, ki won ma ṣe ifẹ rẹ, ki wọn si duro fun otitọ ọrọ rẹ ati ijọba rẹ, ni orukọ Jesu.

21. Dupẹ lọwọ Ọlọrun fun idahun awọn adura re ni oruko Jesu

Ojo Ketala

BIBORI NIPA ORO OLORUN

Matteu 4:1-11

IJEWO: Èmi o ma gbadura si iha tempili mimo re, emi o si maa yin oruko re nitori iseun-ife re ati òtítọ́ rẹ; nítorí ìwọ gbé ọ̀rọ̀ rẹ ga ju gbogbo orúkọ rẹ̀ lọ. Orin Dafidi 138:2

ORO IYANJU FUN ADURA
"Olorun da aye ati ohun gbogbo ti o wa ninu re nipase Oro"- Gẹ́nẹ́sísì 1:1-3
Ni atetekọse Ọlọrun dá ọrun on aiye.
Aye si wà ni juujuu, o si sofo; òkunkun si wà loju ibú. Ẹ̀mí Ọlọ́run sì ń rababa loju omi.
Ọlọrun si wipe, Ki imọlẹ ki o wà: imọlẹ si wà.

Ifaara
Romu 4:17b …… Ọlọrun funra re, ti o sọ oku di aãye, ti o si pè ohun wọn ni ti kò si bi eni pe wọn ti wà.

Nipa ọrọ Ọlọrun ni Jesu wo alaisan sàn, ti o si lé awọn ẹmi èṣu jade, o da iji omi okun duro nipa Oro Re, o si jí awọn oku dide ati bẹbẹ lọ.

Bibeli wipe, "nitori iwo ti gbe oro re ga ju oruko re lo". ọrọ meji pataki mbe ninu ese oro Olorun yi: akọkọ ni "ọrọ" ati ekeji ni "oruko". Orukọ jẹ ọrọ eyiti a fi pe eniyan tabi iseda kan tabi omiran Nigbati "Ọ̀rọ̀" nínú Ìwé Mímọ́ dúró fún ìró tàbí àkópọ̀ ìró tí o wa lati odo Ọlọ́run. Bibeli wipe Gbogbo iwe-mimo ni o ni imisi Olorun, ti o si ni ere fun eko, fun ibani wi, fun itoni, fun ikoni ti o wa ninu ododo 2Timoteu 3:16. O gbe oro Re ga ju oruko re lo tumo si wipe Olorun fe ki o se asaro lori ọ̀rọ̀ re nigbagbogbo ki a le ni óye agbára àti àṣẹ re nípase orúkọ Rẹ̀, kí a si lè borí gbogbo idènà tí ó ń bọ̀ wá sí ọ̀nà wa. Bibeli wipe "Nítorí ọ̀rọ̀ Olorun ye, ó sì ni ágbára, ó si mú ju idàkida olójú méjì lọ...." Hébérù 4:12

Nitoripe, ọrọ Rẹ ni iye ati pe o kun fun agbara. Nigba ti a ba sọrọ re jade lati enu wa, oro na yio di idà oloju meji yio si yara lati se ohun ti afe ki o se.

Ọna kan ṣoṣo lati bori kii ṣe nipaṣe ariyanjiyan, bikose nipaṣe ọrọ Rẹ nikan. Mátteù 4:1-11 Sátánì n dán Jésù wò, kí sì ni idáhùn Jésù? "A ti ko o pe". Ni akoko keji Satani tọ̀ ọ wá pẹlu idanwo miiran, Jesu dahun pẹlu iwe-mimọ pe, "A ti kọ ọ pe", Satani tọ̀ ọ wá ni ẹẹkẹta ni sisọ ọrọ mimọ ṣugbọn idahun Jesu ni a tun kọ sinu ọrọ naa. Ni gbogbo igba ti awọn idanwo mẹta wọnni ni aginju Jesu bori Satani nikan nipa sisọ ọrọ iwe-mimọ, ko si ijiroro, ko si ariyanjiyan.

Fun apeere, ninu idanwo Efa ni ogba eden, a ri wipe Efa n ba satani ro ejo. Ṣùgbọ́n ninu idanwo Jésù Oluwa, kosi aye fun ejọ tabi itakurọsọ. ọrọ Olorun ni Jesu Kristi lo lati borí esu.

E je ki Agbadura

KOKO ADURA
1. Oluwa mo dupẹ lọwọ re nitori ọrọ Rẹ ki janikule ni orukọ Jesu

2. Ni gbogbo ona ti mi o ti gbekele oro re, oluwa dariji mi ni oruko Jesu

3. Baba mi o, jewo oro re ninu aye mi ni oruko Jesu

4. Oro Olorun o, pa oro egun re ninu aye mi ni oruko Jesu

5. Nipa ọ̀rọ̀ rẹ ti o wipe, "emi kì yoo kú, bikose yiye, ki emi ki o si maa royin iṣẹ Oluwa. (Orin Dafidi 118:17) Ọ̀rọ̀ Olorun

dìde, kí o sì fagi lé gbogbo ìdájọ́ ikú lórí ayé mi ní orúkọ Jésù Kristi.

6. Gbogbo imo esu ti o n se lodi si aye mi, mo pase nipa oro ti nwipe "Emi o bi subu, emi o bi subu, Emi o bi subu ki yoo si si mo" (Esekieli 21:27) je ki won parun ni oruko Jesu Kristi.

7. Gbogbo oro satani ti a so si irin ajo mi ninu odun yi, oro Olorun gbe e mì ni oruko Jesu Kristi.

8. Ohun rere gbogbo ti a awon agbara okunkun ti ji lo lowo mi, mo gba won pada ni ilopo meje ni oruko Jesu Kristi.

9. A ti kọwe rẹ pe, "ani Ọlọrun funra rẹ̀, ti o sọ okú di aãye, ti o si pè ohun won-on-ni ti kò si bi eni pe won ti wà. Romu 4:17b" nitorina, mo ṣe pè ìsere re mi jade ni orukọ Jesu Kristi.

10. Mo gba oore-ọfẹ lati bori gbogbo awọn ipenija ti o le de ọdọ mi ni ọdun yii ni orukọ Jesu Kristi.

11. Gbogbo ohun satani ti nwipe "Bẹẹkọ" si "Bẹẹni" Ọlọrun ninu aye mi, e dakẹ nipa ina ni orukọ Jesu Kristi.

12. Bẹrẹ si ni jewo oro rere si nu aye re ni oruko Jesu Kristi.

13. Dupe lowo Olorun fun idahun adura

Ojo Kerinla

KIKURO NINU OWON GOGO SI INU OPO

——— 1 Awon Ọba 17: 1- 16 ———

Kikuro Ninu Owon Gogo Si Inu Opo

IJEWO: Ikoko iyẹ̀fun náà kò ṣòfò, bẹ́ẹ̀ ni kolobo òróró náà kò gbẹ, gẹ́gẹ́ bí ọ̀rọ̀ Olúwa, tí ó ti ipa Èlíjàh sọ. 1 Awon Ọba 17:16

ORO IYANJU FUN ADURA

Ọwọn gogo jẹ iṣoro kan gboogi ninu awon isoro ti o le ba eto-ọrọ aje ilu jẹ, o tumosi aini tabi aito ipese awọn ohun elo amaye derun fun awon eniyan. Ohun ti o ma nse ninu aye eniyan ni wipe o ma nso eniyan di alaini.

Kini Ọpọ, ọpọ ni ipele ti eniyan ni awon ohun a maye derun ni anito ati ani seku. O tumosi ki eniyan ma se alaini ohun rere gbogbo ti okan re nfe.

Ti eniyan ba ni owon gogo tabi oda nipa ti ẹrí, ayọ̀, ìfẹ́, àlàáfíà, owó àti àwọn ìbùkún ẹmí, eleyi túmọ̀ sí pé ọ̀run titi pa mọ́ eniyan. Ninu Bibeli kika wa fun adura ti oni yi, Awon Ọba kini 17 A ri Èlíjàh Ara Tíṣíbíì ti o dojú kọ Oba Áhábù wipé wipe ki yio si ojo ati iri. Lojukanna orun di titipa, ko si ojo beni ko si iri. Eleyi mu oda wa ni ilẹ̀. Ewebe ati ounje ko si si

Bakanna, ninu itan na bi ati ko sile ninu iwe Àwọn Ọba kinni 17:7-16 Woli Èlíjà pàdé opó Sáréfátì. Eniti Ounjẹ re fẹ́rẹ̀ẹ́ tán sugbon nitoripe o gboran si woli Elijah lenu làti fun eniyan Olorun na ni ounje ninu iwonba ounje ti oku fun lati je, kolobo ororo ati ikoko iyẹfun re kogbe mo.

Ninu Matteu 14:13-21, Ari bi Jesu ti bọ́ ẹgbẹrun marun eniyan Jesu si pè awọn ọmọ-ẹhin rẹ sọdọ rẹ, o si odo, o si wi pe, Aãnu ijo eniyan n se mi nitori ti o di ijo meta nisisinyi ti won ti wa lodo mi,

Kikuro Ninu Owon Gogo Si Inu Opo

won ko si ni ohun ti won o je: emi ko si fe ran won lo ni ebi, ki aare ma baa mu won ni ọna. .... Matteu 15:32-38. Eleyi fi ye wa wipe nibiti ko ba si ounje, awon eniyan le ku.

Ohun ti o ṣelẹ ni otitọ ni pe Jesu ṣe aanu, O mọ pe awọn eniyan na ko ni nkankan lati jẹ. O si bi wọn lẽre, iṣu akara melo li ẹnyin ni? Nwọn si wipe, meje, ati ẹja wẹwẹ diẹ. Jesu mu Isura akara ati eja wewe yi, o si sure si. O si fi bo egbaaji eniyan lai ka àwọn obìnrin àti àwọn ọmọdé, ó sì kù agbọ̀n méje.

Mo gbadura fun o wipe aye re yoo lọ lati ipo Oda ati owon gogo ati aini ohun rere si ipo ọpọ yanturu ohun rere ni orukọ Jesu Kristi Amin.

E je Ki a gbadura

KOKO ADURA

1. Dupe lowo Olorun nitori pe yoo fopin si aini ati oda ati owon gogo ohun rere ninu aye re loruko Jesu.

2. Gbogbo Ese ti o se ilekun orun mo mi Oluwa dariji mi ni oruko Jesu.

3. Gbogbo agbara ti o so ohun rere di owon ninu aye mi, e ku sonu ni oruko Jesu.

4. Gbogbo agbara ti o nso wipe koni to fun mi, E Ku sonu ni oruko Jesu!

5. Oluwa fopin si Iaala ti ko ni ere ninu gbogbo idawole mi ni oruko Jesu

6. Loni mo kuro ninu owon gogo ayo sinu opolopo ayo ni oruko Jesu

7. Iwo aye mi o, kuro ni asale ki o si lo si ile ti nsan fun wara ati oyin ni oruko Jesu.

8. Orisun Ibukun mi ko si ninu oro aje orilede yi bikose ninu ibukun atorunwa, nitorina Olorun yoo pese fun aini mi gege bi oro re ninu ogo ni loruko Jesu.

9. Ni oruko Jesu, lati oni yi lo aye mi ki yoo se alaini Oluranlowo mo.

10. Emi ise ti o nba aye mi rin irin ajo, fi aye mi sile ni oruko Jesu Kristi.

11. Eyin Angeli Ola and Oro, E bami rin irin ajo odun yi ni Oruko Jesu Kristi.

12. Dupe lowo Olorun fun idahun adura

Ojo Keedogun

IBUKUN OLUWA

— Genesisi 12:1-2; Òwe 10:22 —

IJEWO: Ibukún Oluwa ni imu ni ila, ki isi ifi lala pelu re. (Òwe 10:22)

ORO IYANJU FUN ADURA

Gẹgẹ bi onigbagbọ, o ye ki a ṣaṣeyọri nibikibi ti a ba tẹ. Ko si ibikibi ti ko ye ki ọmọ Ọlọrun ti ṣaṣeyọri tabi so eso. A ko so ibukun wa mo ibi kan, orilẹ-ede, tabi ẹni kọọkan pato, bikoṣe si Ọlọrun. A ti ra wa pada kuro ninu gbogbo orilẹ-ede ati iran lati ṣe ijọba lori ilẹ.

Ọlọrun pe Abrahamu laarin àwọn ìbátan rẹ̀ àti àwọn ènìyàn rẹ̀ sí ilẹ̀ tí kò mọ̀, èyí sì di ìpìnlẹ̀ fún jíjẹ́ ìbùkún irandíran. Isaaki ṣe àtìpó ní ilẹ̀ àwọn ará Fílístíni, ìtàn rẹ̀ sì ja si àṣeyọrí ńlá nítorí pé Ọlọrun bùkún un. Jakobu ri ibukun atọrunwa gba nigbati o ba Ọlọrun pade ni ile Labani. Ibukun atọrunwa yoo sawari re paapaa ni akoko ãwẹ ati adura yii.

O se koko lati mọ pe, biotilẹjẹpe Ọlọrun ti seto ibukun atọrunwa fun ọ ni akoko ãwẹ ati adura yii, awọn agbara ati awọn ipa kan wa ti ko fẹ ki o ri awọn ibukun yii gba. Idahun si adura Danieli ti o jẹ ipinlẹ ọlá rẹ ni Persia ni idaduro fun ọjọ mọkanlelogun lati ọwọ balogun Persia, titi Mikaeli olori awọn angẹli fi de, ogo ko si ni iwaju Danieli.

O gbọdọ koju, ki o si da awọn agbara ibi duro ninu adura ati awẹ lati gba ibukun atọrunwa rẹ. Jẹ alágbára àti akikanju, nítorí Ọlọrun ti fún ọ ní àwọn ohun ìjà láti borí àti láti ri ìbùkún Ọlọrun gba. Ọ̀pọ̀lọpọ̀ ti lo wá aásìkí àti ìbùkún lowo ijọba òkùnkùn, ṣùgbọ́n wọ́n fi ohun iyebiye san an pada.

Olorun nikan ni eni ti o nbukun lai reti idinwoku tabi atunbotan.

KOKO ADURA:
1. Baba mi, mo dupe lowo re nitori ibukun ti o ti pese sile fun mi ninu aawe ati adura olojo mokanlelogun yii ti n lo lowo loruko Jesu.

2. Baba mi, eleda mi, dariji gbogbo ese mi ti o n di ibukun mi lowo jimi loruko Jesu.

3. Baba mi o, la oju jimi ati okan mi si awon ona ti yoo pase ibukun re sori mi loruko Jesu.

4. Baba mi, gbogbo igbimo okunkun lodi si ibukun ati aseyori mi nibikibi ti mo ba te, fi ina tu won ka loruko Jesu.

5. Baba mi o, gbogbo ilakaka satani lodi si ogo ati igbega sonu, ni oruko Jesu.

6. Oluwa, gbogbo agbara ti n atako si aluyo ati ibukun mi e lana sonu in oruko Jesu.

7. Baba mi, gbogbo asoju okunkun ninu ile baba mi ti o lodi si ire mi e lana sonu, ni oruko nla Jesu.

8. Baba mi, gbogbo asoju okukun ninu ile iya mi ti o lodi si ire mi e lana sonu, ni oruko nla Jesu.

9. Baba mi, je ki gbogbo ero buburu, irinse, eto ati erogba esu lodisi aye mi kuna, ni oruko Jesu.

10 Oluwa, tu gbogbo ifowosowopo ati igbimo ti o lodi si emi ati idile ni oruko nla Jesu.

11. Baba mi o , fọ won tutu gbogbo ohun ti n ba aṣeyọri ati ibukun

mi jà ni orukọ Jesu.

12. Baba mi, so mi di nla ni gbogbo ona ki o si so agbegbe mi d i nla loruko Jesu.

13. Baba mi, gege bi ti o bukun Isaaki ni ile ajeji, bukun mi nibikibi ti mo ba de loruko Jesu.

14. Baba mi, nipa oro re, mu mi ri gbogbo ohun ini mi gba loruko nla Jesu.

15. Baba mi, ẹlẹda mi, jẹ ki awọn oluranlọwọ ayanmọ mi wa mi ri ninu aawẹ ati adura olojo mokanlelogun yii, ni orukọ Jesu.

16. Oluwa, gbogbo balogun okunkun ti o da ibukun mi duro, eyin angeli ologun si won, ni oruko nla Jesu.

17. Dupẹ lọwọ Ọlọrun fun idahun adura

Ojo Kerindinlogun

OLUWA MU EGAN AYE MI KURO

Orin Dafidi 119:22-24

IJEWO: Mú ẹ̀gàn àti àbùkù kúrò lára mi, nítorí èmi pa òfin rẹ mọ́. Orin Dafidi 119:22.

ORO IYANJU FUN ADURA
KINI A NPE NI EGAN?
Ẹ̀gàn jẹ́ ìdènà buburu tí àwọn agbára òkùnkùn fi sinu ìgbésí ayé enia láti dènà ògo ki o ma baa farahàn. Ẹ̀gàn ni ògiri ti awon ẹ̀mí èṣù mo lati dena iṣẹ́ ìyanu ninu aye eniyan.

Ẹ̀gàn a maa dènà olùranlowo láti rí o tàbí lati ràn ọ́ lọ́wọ́.

KINI OHUN TI O MAA NSELE TI ENIA BA WA LABE IDE EGAN
1. Egan ko nije ki enia ni eri lati je.
2. Egan kii je ki won mo riri ise enia.
3. Egan a maa le aseyori jina si enia
4. Egan, a maa le anfani rere jina si enia
5. Egan, A maa mu ki enia pe ninu osi ati aini.

BAWO NI ENIA SE LEE BO LOWO EMI EGAN?
1. Nipa didi atunbi
2. Nipa Gbigba awe ati adura (James 5:16)
3. Nipa gbigba adura Itusile (Obadiah 1:17)

AWON KOKO ADURA
1. Baba mi o, mo dupe lowo re fun adura mi ti e ti gbo lati eyin wa, Oluwa o se, ni oruko Jesu.
2. Baba mi o, Mo dupe lowo re nitori wipe iwo yio gba mi sile kuro lowo emi egan, ni oruko Jesu.

3. Baba mi o, gbogbo egan to wa laye mi, ti o ndi oro eri mi lowo, e pawon re loruko Jesu.

4. Gbogbo aso egan lara mi to mbo ogo aye mole, ina Oluwa jo won run ni oruko Jesu.

5. Gbogbo aseyori ati aluyo ti egan ti le kuro ninu aye mi mo gba pada no oruko Jesu.

7. Iwo emi egan to nfarahan ninu ebi mi, mo le o jade ni oruko Jesu.

8. Iwo odi ti egan ti mo yi aye mi ka, ya lule loruko Jesu.

9. Iboju ti egan fi bo olore mi loju, ka danu ni oruko Jesu.

10. Oluwa dide, fi opin si akoko egan ninu aye mi loruko Jesu.

11. Lati oni lo, Aye mi o ni duro sojukana, mo ma tesiwaju ni oruko Jesu.

12. Gbogbo Oro eri ti egan ti daduro ninu aye mi, Baba mi o! E se asepe re ki e si fi oro eri mi lemi lowo ni oruko Jesu.

13. Iwo aye mi gbo oro Oluwa, o ni di egan si oloore ni oruko Jesu.

14. Mo gba idalare ati ojurere Olorun ati gbogbo eniyan ni oruko Jesu.

15. Dupe lowo Olorun fun idahun adura re ni oruko Jesu.

Ojo Ketadinlogun

FIFI ISE IRANSE AWON ANGELI SI OJU ISE

Heberu 1:14,
Orin Dafidi 91: 11-12, Gen 24:7

IJEWO: Nitori ti yoo fi ase fun awọn angẹli rẹ nitori re, lati pa o mo ni ona re gbogbo Orin Dafidi 91:11

ORO IYANJU FUN ADURA
Awọn angẹli jẹ iṣẹda ara ọtọ ti Ọlọrun da lati ma se iranse. awọn angẹli jẹ awọn ojiṣẹ Ọlọrun, wọn ma njiṣẹ fun eniyan. Wọn le farahan ni iri eniyan gege bi a ti rii ninu majẹmu lailai. Wọn je iranṣẹ ẹmi ti a ran lati se iranṣẹ fun awọn ọmọ Ọlọrun ti won jẹ ajogun igbala. wọn nma duro nigbagbogbo lati jise fun wa bi a ba ran wọn nisẹ.

Bawo ni a ṣe mu iṣẹ-iranṣẹ awọn angẹli ṣiṣẹ?
Fifi iṣẹ Iranṣẹ awọn angẹli si oju iṣẹ ki ise ohun ti onira rara lati se ṣe, a kan ni lati gbe awon Igbesẹ wonyi:
1. O gbodo ni Ibasepo pẹlu Ọlọrun.
2. O ni lati gbagbọ pe awon angeli mbẹ
3. O ni lati gbagbọ pe a da wọn lati sin, A ko gbọdọ ma sin wọn tabi bu ọla fun wọn.

Awọn ipa ti Awọn angẹli nko
1. Awọn angẹli daabobo (Orin Dafidi 91: 11)
2. Awọn angẹli fọ tubu won si tu awon eniyan silẹ
3. Awọn angẹli ṣiṣẹ pẹlu awọn ọmọde.
4. Wọn ni idapo pẹlu wa (1 Korinti 11:10, Heberu 12:22)
5. Won ma gbe idahun adura wa lo si odo Olorun. Daniel 9: 21, 10: 1-9,11,12
6. Awọn angẹli ma nsẹ iranṣẹ, wọn si ma njiṣẹ (gẹgẹ bi ati ri ninu Ibi Jesu) Mathew 4: 1,2,11,
7. Wọn ma tọ eniyan si ọna

Fifi Ise Iranse Awon Angeli Si Oju Ise

9. Awọn angẹli ṣe ounjẹ fun Elijah 1King 19: 4- 8

E Je ki Agbadura:

AWON KOKO ADURA:

1. Baba mi o, modupe lowo re nitori ti e pese awon angeli lati ma sise iranse fun emi ati ebi ni oruko Jesu.

2. Baba mi o, nibi gbogbo ti mi o ti pe awọn angeli si oju ise bi o ti ye. E dariji mi ni oruko Jesu.

3. Eyin angẹli Ọlọrun alãye, lati oni lo e bọ si oju iṣẹ ninu aye mi, ni orukọ Jesu.

4. Eyin angẹli olorun alaye ẹ dide ki ẹ ma ranmilọwọ ni gbogbo ọjọ aye mi ni orukọ Jesu.

5. Eyin Angeli Olorun alaaye, e wa jise ayo fun mi ti yio gbe mi lo si ibi giga ni oruko Jesu.

6. Gbogbo esi adura mi ti okunkun daduro, eyin Angeli Olorun, E lo sise itusile ni oruko Jesu

7. Nibikibi ti a de mi mole si, eyin angeli Oluwa e dide ki e tu mi sile ni oruko Jesu.

8. Nipa asẹ Oluwa, mo ran eyin angeli lati mu Oluranlowo ati iranlọwọ oju ojo wa fun mi ni oruko Jesu.

9. Eyin Angeli Olorun alaaye, e dide ki e lo sise Aluyọ fun isuna owo mi ni oruko Jesu.

10. Mo pase mo sotele, eyin Angeli Olúwa e ma dabobo emi ati ile mi ni oruko Jesu.

11. Gbogbo ọfa ti a ran lati ijọba okunkun lati pa e mi ati idile mi run, ta pada nipa ina ni orukọ Jesu.

12. Eyin angeli oluwa e dide, e ba aini pade ni oruko Jesu.

13. Eyin angeli Oluwa, e lo siwaju mi ki e si mu aseyori ba gbogbo adawole mi ni kiakia ni oruko Jesu.

14. Ni orukọ Jesu mo gba ore-ofe lati jẹ igbadun gbogbo awon anfani ti a la sile nipa ise iranse awọn angẹli.

—————————————— Adura Isipẹ

Ojo Kejidinlogun

ADURA ISIPẸ

Orin Dafidi 106:23

IJEWO: Nitori naa mo gba yin niyanju saaju ohun gbogbo, pe ki a ma bebe, ki a maa gbadura, ki a maa sipe, ati ki a maa dupe nitori gbogbo eniyan, fun awon oba, ati gbogbo awon ti owa ni ipo giga; ki a le maa lo aye wa ni idakeje ati pele ninu gbogbo iwa-bi-Olorun ati iwa agba. 1 Tímóteu 2:1-2).

ORO IYANJU FUN ADURA
Adura isipe ni diduro ni ẹgbẹ kẹgbẹ pẹlu eniyan miiran niwaju Ọlọrun lati ran eniyan na lowo ninu adura. Nigbati o ba ngbadura isipe, a n bẹbẹ asi nṣe àṣàrò niwaju Ọlọrun nitori elomiran. Jesu Kristi, Oluwa wa, fihan wa apẹẹrẹ adura isipe ninu Bibeli. Bibeli sọ pe Jesu Kristi n bẹbẹ fun wa ni ọwọ ọtun Ọlọrun (Romu 8:34).

Adura isipe ran wa lọwọ lati duro niwaju Ọlọrun ninu adura. A fẹ kí ìfẹ́ Rẹ̀ ṣẹ lórí ayé wa ati ninu aye àwọn aṣááju wa, ati àwọn arákùnrin àti àwọn ẹlẹ́ṣẹ̀ pàápàá.

Adura isipe ti o munadoko jẹ ọna miiran ti o ma mu Ọlọrun farahan ninu igbesi aye eniyan ti a nsipe fun. Fun apẹẹrẹ, Orin Dafidi 106:23 sọ pe "Nitorina ni o se wi pe, oun o run wọn, iba ma ṣe pe Mose, ayanfẹ rẹ, duro niwaju rẹ ni oju eya naa, lati yi ibinu rẹ pada, ki o ma baa run wọn".

Ọna kan ti o rọrun julọ lati jẹ ibukun fun awọn ẹlomiran ni nipa gbigbadura fun wọn.

Awọn nkan ti ani lati ṣe akiyesi re ki a le je eniti nsipe ti o munadoko:
• Heberu 12:14 "E ma lepa Alafia pelu eniyan gbogbo, ati iwa

mimo, ni aisi eyini ko si eni ti yoo ri Oluwa. O gbọdọ wa ni Alafia pelu eniyan gbogbo, ki o si je mimọ ninu gbogbo ọna re ati isọrọsi rẹ.

• Heberu 12:15 "Ẹ mã kiyesisara ki ẹnikẹni ki o má se kuna oore-ọfẹ Ọlọrun; kí gbòǹgbò íkorò kan ki o má baà hu soke ki o si yo yin lenu, ọ̀pọ̀lọpọ̀ a si ti ipa re di áìmọ́." Ìkoro okan ma ń ba àdúrà je o si ma nba ibaṣepo wa pẹ̀lú Ọlọ́run jẹ́. Àìdáríjì jẹ́ ẹ̀ṣẹ̀. Gbogbo irugbin ikoro ninu okan rẹ nilo lati fatu ki o si rọpo rẹ pẹlu ọkan ifẹ.

Adura mi ni ki gbogbo eniyan to ba kopa ninu adura ati aawe olodoodun yi le je eniyan to nse sipe to munadoko, ki a si le duro niwaju Olorun lati bebe fun omolakeji wa.

E JE KI A GBADURA:

KOKO ADURA

1. Baba, mo dupe lowo re nitori iwo ni Olorun Alagbara ti o le se ohun gbogbo.

2. Baba mi o, dariji gbogbo ese ailesipe to fun omolakeji mi ni Oruko Jesu.

3. Adura Fun Alufa Agba Tunde Bamigboye:
   (a). Baba mi o, fi okun kun okun Omo re ni Oruko Jesu
   (b). Baba mi o, ma se je ki ofa okunkun ba omo re Alufa Tunde Bamigboye ati idile won ni oruko Jesu.
   (d). Olorun Baba mi o, tesiwaju lati ma bukun Omo re (Alufa Tunde Bamigboye ati idile won) ni Oruko Jesu.
   (e). Mase je ki Alufa Tunde Bamigboye ati idile won so Ijoba Orun nu ni Oruko Jesu

4. Fun awon olusoagutan ati iranse Olorun ni Wakati Itusile ni Agbaye:
   (a). Ọlọrun mu awọn iranse re ni Wakati Itusile duro de o ni oruko Jesu.

(b). Baba mi o, ba aini gbogbo iranse Olorun ni
Wakati Itusile pade ni Oruko Jesu.

(d). Baba mi o, yanda ore-ofe lati je olooto titi di opin
fun awon iranse Olorun ni Wakati Itusile ni Oruko Jesu.

5. **Fun Ijo Kristięni/ara Kristi ni gbogbo agbaye:**
   (a). Baba mi o, ran Ijo re ni agbaye lowo ki won ma ba
   so erédi ati afojusun nu ni Oruko Jesu.
   (b). Baba mi o, je ki ododo re ki o ma po si ninu Ijo re
   ni agbaye ni Oruko Jesu.

6. **Fun Ile Ise ranse Wakati Itusile:**
   (a). Oluwa tubọ fun ile ise iranse yi ni iriran itankale ni Oruko
   Jesu.
   (b). Wakati Itusile, gbo oro Oluwa, agbara okunkun o ni ri ise
   se ninu re ni oruko Jesu

7. **Adura Fun awọn olori Orile ede ati alafia ni awọn orilẹ-ede wa:**
   (a). Baba mi o, Ran awon Olori wa lowo lati se akoso
   orilede ninu iberu ni Oruko Jesu.
   (b). Oluwa, je ki Ọ̀rọ̀ Re nípa rere nínú àwọn orílẹ̀-èdè ayé ki
   o si mú àwọn ẹlẹ́ṣẹ̀ wá sínú ìfẹ́ Ọlọ́run ni Oruko Jesu.

8. **Fun iyipada ati igbala awon eniyan ti o wa ni ayika wa:**
   (a). Baba mi o, So ara ara rẹ di mimọ fun gbogbo
   eniyan ti o wa ni ayika mi fun igbala okan won ni Oruko
   Jesu

9. **Fun awon ti o kede Ihinrere jakejado aye:**
   (a). Ọlọ́run tun agbara won se ki o si ran won lowo.
   (b). Baba mi o, ma se itoju won ati idile won ni Oruko
   Jesu.

10. **Fun awon Omo Olorun to n jiya ni ayika ati ni agbaye:**
    (a). Olorun dide ki o si ja fun won.

11. **Fun awọn Kristian ti a nṣe inunibini si:**
    (a). Ọlọ́run fún wọn ní oore-ọ̀fẹ́ sí i láti má ṣo ìgbàgbọ́ wọn nu ninu re ni Oruko Jesu.

12. **Fún àwọn onígbàgbọ́ ẹlẹgbẹ́ wa tí wọ́n jẹ́ aláìlera nípa ẹ̀mí:**
    (a). Oluwa yanda okun fun won ni Oruko Jesu.

13. **Fún àwọn ọ̀rẹ́ àti olólùfẹ́:** Oluwa je ki ife tooto gbile ni oruko Jesu

14. **Fun ile ati idile ti okun fun wahala:** Oluwa je ki Alafia Re joba ni Oruko Jesu.

15. **Fun awon alaisan:** Baba mi o, wo awọn eniyan ti se aisan san ninu idile mi ati ninu ijo re ati ni agbegbe mi ni oruko Jesu.

16. Dupe Lowo Olorun Nitori ti Oti Gbo adura re ni Oruko Jesu.

Ojo Kokandinlogun

OLUWA GBE AGBADA AGBARA WO MI
1COR 4:19-20

IJEWO: For the kingdom of God is not in word, but in power. 1Cor 4:20

ORO IYANJU FUN ADURA
Nigbati a ba sọrọ nipa agbada agbara, eyi ni ifarahan agbara Ọlọrun ninu aye enia. Agbára túmọ̀ sí ipa láti mu ise se. Oro ti a an npe ni "agbára" wá láti inú ọ̀rọ̀ Gíríìkì ti a npe ni 'dunamis'. A nílò agbára yi nínú ìgbésí ayé wa gegebi onígbàgbọ́ láti lee wààsù ìhìn rere lọ́nà tó múná dóko, nítorí pé gbogbo onígbàgbọ́ ló nílo agbára, ki ise iranse wa lee fohun.

Iwasu ihinrere nilo agbara pelu atileyin Ọlọrun. Idi niyi ti agbara fi je dandan ni igbesi aye onigbagbọ. Pẹlupẹlu, gbogbo onigbagbọ wa ni oju ogun ati pe a ko le ṣegun ogun aye laisi agbara Ọlọrun.

KÍ LÓ DÉ TÍ A FI NÍLÒ Ẹ̀WÙ AGBÁRA
1. Lati jẹri Kristi si agbaye (Awọn iṣẹ 1:8)
2. Lati ṣe agbara ninu Ọlọrun (Dan 11:32)
3. Fun ifarahan Kristi ninu aye wa
4. Lati majeki aare mu okan wa (Isaiah 40:29)
5. Lati mura wa sile gegebi elo aayo fun olorun.
6. Lati bori ọta.

AWON KOKO ADURA
1. Oluwa mo dupe lowo re nitori wipe e o gbo adura mi lekan sii ni oruko Jesu.

2. Lati oni lo, Mo bere si ni rin ninu ifarahan agbara Olorun ni kikun ni oruko Jesu.

3. Iwo aye mi o, gbo oro Oluwa, bere si ni rin ni ipele agbara olorun to ga ni Oruko Jesu.

4. Baba mi o, e ro oro enu ni agbara lati oni lo loruko Jesu.

5. Oluwa Olorun mi o, gbe agbada agbara wo aye mi ni oruko Jesu.

6. Agbara lati sise ami ati ise agbara nipa ti Olorun sokale sinu aye mi loruko Jesu.

7. Baba mi o, da aso agbara re bomi ni oruko Jesu.

8. Agbara lati ma jeri Jesu Kristi fun gbogbo enia, Oluwa gbee womi ni oruko Jesu.

9. Agbara bi ti igbani eyiti ako le pa lenu mo, aye mi sile fun o, wonu aye mi wa ni oruko Jesu.

10. Agbara Olorun ti akole se ni iwosi, bale aye mi loruko Jesu.

11. Agbara ti ofa ota kii ba, bale aye mi loruko Jesu.

12. Lati oni lo, Mo gba agbara iwosan ati imularada loruko Jesu.

13. Gbogbo agbara ti ki se ti olorun, eyiti o mba agbara olorun figa gba ga ninu aye mi, efi aye sile loruko Jesu.

14. Iwo aye mi o, gbo oro oluwa, o ko ni se alaini agbara olorun loruko Jesu.

14. Baba mi o, Mo gba agbara lati bori gbogbo ipa okunkun ni Oruko Jesu.

15. Oluwa o se nitori ti o ti gbo adura mi

Ojo Ogunjo

OLUWA MU MI LO SI IPELE TI OKAN
— Joshua 14: 6-11, Joshua 13: 1 —

IJEWO: Olúwa Ọlọ́run wa bá wa sọ̀ fun wa ní Hórébù, wi pé, E ti gbé ori òkè yìí pẹ́ tó. Deuterónómì 1:6

ORO IYANJU FUN ADURA

Ọlọ́run sọ fún àwọn ọmọ Ísṛélì ní Hórébù pé: "Ẹ̀yin ti gbé ní ori òkè yìí pẹ́ tó." Deuteronomi 1:6 Gẹ́gẹ́ bí o ti sele si awon omo Ísraélì, beni ọ̀pọ̀lọpọ̀ nínú wa ni o ti pẹ ni ipele ti o wà nísinsìnyí. O ti to akoko lati lo si ipele ti o kan. Fun o lati lọ si ipele ti o kan, o ti gbọdọ gba agbegbe ti o wa lowolowo fun Ọlọrun, agbara lati je gaba tabi se akoso ipele ti a wa nbe lowo Olorun o si ti fun wa ni agbara yii. Gẹnẹ́sísì 1:26-28.

Nigba ti a ba mo aṣẹ ati agbara ti ani ninu Kristi Jesu, o le gba ipele ti o wa lọwọlọwọ ki a si lo si ipele ti okan nipa igbagbọ. O yẹ ki o ye wa wipe fun gbogbo ipele titun, a ni lo agbara ati aṣẹ titun lati ṣiṣẹ ni ipele titun na.

Ipele titun ni imuse ipinnu Ọlọrun fun Aye wa

Jóṣúà 13:1 - Jóṣúà ti gbó, ó sì po ni ojo; Olúwa sì wí fún un pé, "Ìwọ ti gbó, iwo sì po ni ojo, ilẹ púpọ̀púpọ̀ sì kù láti gbà.

Lati inu ese Bibeli ti a ka yi, a o ri wipe Ipele to kan fun Joshua ni lati gba ile si, Pelu bi Joshua ti po ni Ojo, o han gbangban pé kí Jóṣúà to lè mú ayanmo se o gbodo gba ilẹ̀ ti Olorun ti fifun Isreali ninu Emi, nitori idi eyi lilo si ipele ti okan je mimu ayanmo se.

Kalebu ninu iwe Joshua 14: 6-11 ti wa ni ipele kan fun ọdun marundinlogoji ṣugbọn ni ẹsẹ kejila (12) o han wipe Kalebu setan lati lo si Ipele ti okan, Ó sọ fún Jóṣúà pé: "Fún mi ní òkè yìí, òun yóò sì ṣẹ́gun, yó ò sì gba Hébróni.

Gẹgẹbi kristeni, a ko gba wa laaye lati duro ni ipele kan titi lai bikita tabi gbiyanju lati lọ si ipele miiran. A ni lati mo wipe gbogbo Onigbagbo gbodo wa ni ipele eniti ise nlo lowo. nitorina, a ko gba wa laaye lati wa ni ipo kan fun ojo pipe laisi itesiwaju si ipele ti o kan.

Ohun ti o gbọdọ ṣe lati lọ ipele ti o kan
1. Ipele ti o wa gbọ́dọ̀ su o, ki o si ma saferi Ipele titun (gẹ́gẹ́ bí Kálébù ti ṣe nínú Jóṣúà 14:6-11).
2. A gbọdọ ṣiṣẹ lori awon amuye ati abuda ti a nilo fun ipele ti okan.
3. A ko gbọdọ gba kamu sinu aseyori atijo, agbodo fojusona fun aseyori titun. Isáiah 43:18
4. A gbodo je eniyan ti n gbadura

E je ki a gbadura

KOKO ADURA
1. Oluwa mo dupe lowo re, nitori ti o lo adura yi lati mu aye mi tesiwaju ni oruko Jesu.

2. Baba mi o, Mo gba Agbara ati Ase lori awon emi okunkun gbogbo ni oruko Jesu.

3. Baba mi o, je ki gbogbo kosese ninu aiye mi bere si ni di sise ni
    Oruko Jesu.

4. Baba mi o, nipa ina, gbe mi lo si ipele ti o fe ki n wa ni oruko Jesu.

5. Olorun tin je Ona, la ona fun mi nibiti ko si ona ni oruko Jesu.

6. Oluwa, so mi di pupo, ko si fi ere kun adawole mi ni oruko

Jesu.

7. Gbogbo agbara ti n sise lodi si ipele to kan fun aye mi, e ku sonu nipa ina ni oruko Jesu.

8. Emi ki yoo ku ni nigbati aseyori mi ba de ni oruko Jesu.

9. Oluwa, Mojaramigba kuro lowo idena loju ona aseyori mi ni oruko Jesu.

10. Mo kede Aluyo nipa ti emi ati nipa ti ara sinu aye mi ni Oruko Jesu.

11. Mo fo gbogbo ajaga aileso ninu aye mi ni oruko Jesu.

12. Baba mi o, mo ti duro ni ipele yi pe to, je ki awon ilekun aseyori tuntun si fun mi ni oruko Jesu Kristi.

14. Ore-ofe ati Agbara ti mo nilo fun ipele ti o kan fun aye mi, Olorun Baba mi o, yanda re fun mi ni oruko Jesu Kristi.

15. Baba mi o, so mi po mo awon eniyan pataki fun ipele ti o kan fun aye ni oruko Jesu Kristi.

16. Mo dupe lowo re Jesu fun idahun adura mi ni oruko Jesu Kristi

Ojo Kokanlelogun

AKOKO IBAPADE LATI OKE WA
— Hábákúkù 2:2-3, Orin Dafidi 37:23, —

IJEWO: "*Nítorí ìran náà je ti igba kan ti a yan, yoo ma yara si igbehin, ki yoo si seke, bí ó tilẹ̀ pẹ́, dúró dè é: nítorí ni dide, yóò dé, kì yóò pe. Hábákúkù 2:3*

ORO IYANJU FUN ADURA

Akoko Ibapade lati orun wa je ipade pelu eniyan miiran ti Olorun ti seto ni pataki fun aye re. Ẹmí Mimọ ṣeto iru ibapade yi nitori ẹniyan na ni ohun ti aye re nilo.

Ọlọrun ní ipinu àtọrunwá fún gbogbo awa omo rẹ, nígbà tí a bá gba laye lati mú un ṣẹ, a óò kópa nínú ibapade àtọrunwá. Iwe Habakuku 2:3 so wipe iran naa je ti igba kan ti yan, yoo ma yara si igbehin, ki yoo si seke, bi o tile pẹ́, dúró dè é: nítorí ni dide, yóò dé, kì yóò pe. Ese bibeli fi idi re mule fun wa wipe Olorun ko gbagbe wa. O ni ipinu fun aye wa yio si mu Ipinu re se. o le da bi wipe o pe sugbon ki yoo pe. Ọlọrun ti ṣeto igbesi aye awọn ọmọ Rẹ, pẹlu awọn ipinnu lati ni ibapade atọrunwa lairotẹlẹ. Oluwa a ma dari iṣiṣẹ awọn olododo. O ṣe inudidun ni gbogbo ona won.

"Èyí ni ohun tí Olúwa sọ fún Serubábélì: Kì í ṣe nípa ipa ki ise nipa agbára, bí kò ṣe nípa ẹmí mi, ni Olúwa àwọn ọmọ-ogun wí. (Sekariáh 4:6) Ipinnu lati ni pade atọrunwa ni a ṣeto nipasẹ Ẹmi Mimọ:
- Fun o lati ni ibapade pẹlu Ọlọrun.
- Fun o lati ni ibapade pẹlu awọn oluranlọwọ ayanmọ rẹ.
- Fun o lati ni ibapade pẹlu awọn isele ti yoo mu ọ lọ si ibi ayanmọ rẹ

Ṣe o se tan fun akoko ibapade atokewa re?

Ìtàn Fílípì àti ìwẹ̀fà jẹ́ àpèjúwe tí ó dara lati salaye ìpàdé àkànṣe tí Ọlọ́run ṣètò fún Kristẹni tí ń rìn nínú Ẹ̀mí (wo Iṣe Awon Aposteli 8:26–39). Filipi le ṣe iṣẹ́ ìránṣẹ́ fún ogunlọ́gọ̀ ènìyàn nínu ìlú, ṣùgbọ́n Ọlọ́run rán an lọ sí aṣálẹ̀ lati ba ẹnìyan kan ṣoṣo pade, eniti Olorun ti yan fun Filipi lati bapade.

Awọn nkan meta pataki ti yoo ran o lowo lati gba awon anfani atorunwa:

1. Gbadura fun awọn akoko ibapade Ọlọrun: Báwo ni Kristẹni ṣe le gba ẹmí mímọ́ láyè láti ṣeto irú ipada ibapade atorunwa yi? Idahun si ibere yi ni gbadura! Gbadura ni ọpọlọpọ igba ni ọjọ kan. Kọneliu, Keferi ti o bẹru Ọlọrun ti o ni ọkan fun awọn talaka, ngbadura ni ọjọ kan nigbati angẹli Olorun sọ fun u, (Iṣe Awon Aposteli 10: 4–6).

2. Mura sile fun akoko ibapade atokewa: 2 Timoteu 4:2, "Waasu ọrọ naa; se aisinmi ni akoko ti o wo ati akoko ti ko wo. Iwe 1 Peteru 3:15. Bí gbogbo wa bá bẹ̀rẹ̀ sí í wá "ipada ibapade àtọ̀runwá" a óò rí wọn. Ti a bá wa ni imúrasile de Ọlọ́run, a óò rí i pé àwọn nǹkan ti ko reti yio ṣelẹ̀ ninu aye wa.

3. Ṣiṣẹ lori anfani ti akoko ibapade atokewa fifun e: Ìtàn obìnrin ará Samáríà jẹ́ àpẹrẹ míràn ti yíyàn àtọ̀runwá (wo Johannu 4:5–42). Jésù pàdé obìnrin náà ní kànga Síkárì ó sì lo àǹfààní náà láti ṣe iránṣẹ́ fún un. Abajade ni pe oun ati gbogbo abule naa gbagbọ ninu Rẹ, o si yi gbogbo igbesi aye wọn pada. A mọ̀ pé nítòótọ́ èyí jẹ́ yíyàn àtọ̀runwá nítorí àbájáde rẹ̀.

Yiyan ati Ibapade atọrunwa kii ṣe nipa ipa tabi agbara wa, Ọlọrun ni o ṣeto rẹ, o si ma Farahan nipa aanu ati ojurere Ọlọrun.

E je ki a gbadura

KOKO ADURA
1. Baba mi, mo dupe nitoriti O ti seto funmi lati ni ibapade atokewa ni odun yi ni oruko Jesu

2. Baba mi, ese gbogbo ti o le di ibapade mi atokewa lowo, dariji mi, ki O pa ese mi re ni Oruko Jesu.

3. Baba mi, je ki ni ibapade ti yoo gbe mi si ipo Ojurere ati aluyo ni Oruko Jesu.

4. Baba mi, Gbogbo ategun ti o so mi mo olore mi, eleyi ti o ti baje, Oluwa bami tunse ni oruko Jesu.

5. Baba mi o, lodun yi, isele ti yio sele ti ma fi ni ibapade atokewa pelu olore mi. Oluwa je ki o sele ni oruko Jesu

6. Gbogbo ami ikorira ti o ndena ibapade atokewa mi, eje Jesu paare ni oruko Jesu.

7. Eyin Angeli Olorun alaye, e lo kede mi fun ilosiwaju ati igbedide ni oruko Jesu

8. Nítorí pé Ọlọ́run ti yàn mí, èmi kì yóò ni ijakulẹ̀ tàbí itijú ní orúkọ Jésù.

9. Nipa agbara Olorun alaye, gbogbo agbara ti o duro ni ona iyan ati ibapade mi atorunwa, e gba ifatu ni oruko Jesu.

10. Baba mi o, so mi po awon eniyan ti o se pataki si eredi mi ati ayanmo mi ni oruko Jesu.

11. Gbogbo ofa ikuna ati ijakule ti a ta sinu ayanmo mi, e ta pada ni oruko Jesu.

12. Mo fagile gbogbo ipinnu ibi ti o lodi si aye mi, mo si fi si ojuse ipinnu Ọlọrun fu aye mi ni ni orukọ Jesu.

13. Mo fagile adehun pẹlu Iku, pẹlu ijakule, pẹlu ibanujẹ pẹlu ajalu ni orukọ Jesu.

14. Mo ni Ibapade pẹlu aseyori, pẹlu aluyo, Pelu ola ni oruko Jesu.

15. Nitoripe mo ni akoko ibapade, Emi ni ayanfe julo ninu gbogbo elegbe mi ni oruko Jesu.

16. Agbara lati ile baba mi, ti o nso beko si akoko ibapade mi. Mo pase pe ki e ku sonu ni oruko Jesu.

17. Nitoripe a ti yan mi lati odo atorunwa, Emi o dide, emi o si tan ni gbogbo ona mi ni oruko Jesu.

18. Dupe lowo Olorun Nitoripe o ti dahun adura re ni orukọ Jesu.